Puff Pastry làm chủ

Hơn 100 công thức nấu ăn ngon để nâng tầm trò chơi làm bánh của bạn. Từ bánh sừng bò cổ điển đến bánh xoắn hiện đại, hãy gây ấn tượng với khách của bạn bằng những chiếc bánh ngọt hoàn hảo

Sa Hằng

MỤC LỤC

GIỚI THIỆU

Chào mừng bạn đến với thế giới của bánh phồng, nơi các lớp bông xốp và độ béo ngậy của bơ ngự trị tối cao. Cho dù bạn là một đầu bếp bánh ngọt dày dạn kinh nghiệm hay một thợ làm bánh tại nhà đang tìm cách cải thiện trò chơi của mình, thì cuốn sách dạy nấu ăn này luôn có thứ gì đó dành cho tất cả mọi người. Với hơn 100 công thức nấu ăn từ bánh sừng bò cổ điển đến bánh xoắn hiện đại, bạn sẽ học cách tạo ra những chiếc bánh ngọt ấn tượng sẽ khiến gia đình và khách của bạn phải thán phục.

Hãy sẵn sàng để làm chủ nghệ thuật nhào bột nhiều lớp, bí mật đằng sau chiếc bánh phồng hoàn hảo. Từ món mặn cho đến món ngọt, cuốn sách nấu ăn này có công thức nấu ăn cho mọi dịp. Gây ấn tượng với những vị khách dùng bữa sáng muộn của bạn với món xúc xích cuộn thơm ngon, nâng tầm món khai vị của bạn với ống hút pho mát trang nhã, hoặc thưởng thức sô cô la và hạt dẻ Đan Mạch ngọt ngào và đậm đà.

Công thức nấu ăn của chúng tôi rất dễ thực hiện và chúng tôi đã bao gồm hướng dẫn từng bước và hình ảnh để hướng dẫn bạn thực hiện. Bạn sẽ học cách tạo ra các lớp bơ mịn chắc chắn sẽ gây ấn tượng ngay cả với những người yêu thích bánh ngọt khó tính nhất.

Vì vậy, cho dù bạn là người yêu thích bánh ngọt cổ điển của Pháp hay bạn đang tìm kiếm những biến tấu hiện đại trên nền bánh cổ điển, thì cuốn sách dạy nấu ăn này có mọi thứ bạn cần để trở thành một bậc thầy về bánh ngọt.

BỮA SÁNG VÀ BỮA TRƯA

1. Brunch Puff với nước sốt xúc xích

Khẩu phần: 9 khẩu phần

THÀNH PHẦN
- 7 quả trứng lớn, chia ra sử dụng
- 1/4 cốc sữa 2%
- 1/4 muỗng cà phê muối
- 1/4 muỗng cà phê cộng với 1/8 muỗng cà phê tiêu, chia
- 1 muỗng canh bơ
- 1 muỗng canh nước
- 1 gói (17,3 ounce) bánh phồng đông lạnh, rã đông
- 8 ounce thịt nguội cắt lát (dày 1/4 inch)
- 1 chén phô mai cheddar bào nhỏ

XÚC XÍCH SỐT:
- 3/4 pound Xúc xích cuộn thịt heo không đường Jones
- 1 bì hỗn hợp nước xốt đồng quê

HƯỚNG DẪN
a) Đặt lò nướng để làm nóng trước đến 400 độ. Đánh 1/4 muỗng cà phê tiêu, muối, sữa và 6 quả trứng trong một bát nhỏ cho đến khi kết hợp.

b) Đun nóng bơ trong chảo chống dính lớn có phủ keo nấu ăn trên lửa vừa. Đổ hỗn hợp trứng vào và vừa nấu vừa khuấy cho đến khi không còn trứng lỏng và trứng trở nên đặc. Lấy nó ra khỏi nhiệt.

c) Đánh trứng còn sót lại với nước trong một cái bát nhỏ. Mở 1 tờ bánh phồng trên một bề mặt có rắc bột nhẹ và cuộn nó thành hình vuông 10 inch. Di chuyển đến một khay nướng lót bằng giấy da. Đặt giăm bông lên trên bánh ngọt cách mép trong vòng 1 inch và đặt trứng bác lên trên. Rắc phô mai lên trên.

d) Chải các cạnh của bánh ngọt với hỗn hợp trứng đã đánh. Cuộn bánh phồng còn sót lại thành hình vuông 10 inch và đặt nó lên trên lớp nhân.

e) Dùng nĩa ấn các cạnh cho kín, sau đó khoét các khe ở trên. Phết thêm hỗn hợp trứng lên trên và rắc tiêu còn sót lại.

f) Để nó nướng cho đến khi nó chuyển sang màu nâu vàng hoặc trong 20 đến 25 phút.

g) Trong lúc đó, nấu xúc xích trong chảo lớn trong 6-8 phút ở lửa vừa hoặc cho đến khi xúc xích không còn màu hồng và bẻ thành vụn. Dùng thìa có rãnh vớt ra và để trên khăn giấy cho ráo nước. Loại bỏ các vết nhỏ giọt và lau sạch chảo nếu cần.

h) Chuẩn bị hỗn hợp nước thịt theo hướng dẫn trên bao bì trong cùng một chảo. Trộn trong xúc xích. Phục vụ nó với bánh ngọt.

2. bánh trứng ăn sáng

Làm cho: 4

THÀNH PHẦN
- 250g bánh phồng cán sẵn
- 4 quả trứng thả rông
- 2 nấm thái lát
- 6-8 lát thịt xông khói sọc
- cà chua bi
- húng tây tươi
- mảnh ớt khô hun khói
- Số ít phô mai bào tùy bạn chọn

HƯỚNG DẪN
a) Đầu tiên, để lò nguội cho đến khi đạt khoảng 180°C.

b) Cắt bánh phồng của bạn thành bốn hình vuông và đặt lên khay nướng có lót giấy nướng để nướng ở nhiệt độ cao.

c) Nướng trong 10 phút, hoặc cho đến khi bánh phồng lên và bắt đầu có màu vàng nâu.

d) Chiên thịt xông khói của bạn. Thêm nấm và một ít dầu ô liu khi thịt xông khói đã bắt đầu nấu.

e) Sau khi lấy bánh ra khỏi lò đốt củi, hãy ấn xuống giữa mỗi chiếc bánh để nâng các mặt lên một chút.

f) Đặt thịt xông khói và nấm lên trên, sau đó rắc thêm pho mát. Thêm một vài quả cà chua bi vào hai bên nếu bạn cảm thấy táo bạo.

g) Trong lò đốt củi, đập một quả trứng vào giữa mỗi chiếc bánh và nấu thêm 10-15 phút nữa.

h) Khi trứng đã chín, hãy lấy chúng ra khỏi chảo và thưởng thức bữa sáng ngon lành của bạn!

3. <u>Galettes ớt đỏ & trứng nướng</u>

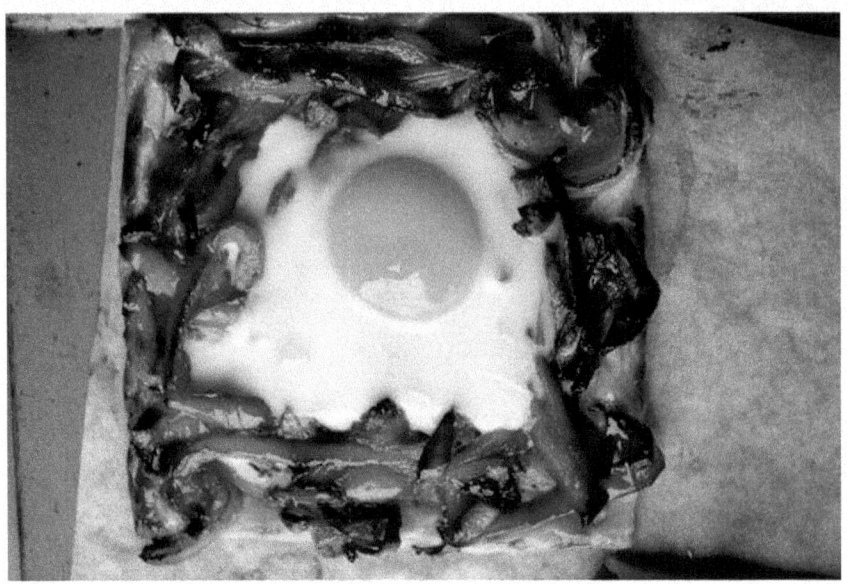

Làm cho: 4

THÀNH PHẦN

● 4 quả ớt đỏ vừa, cắt đôi, bỏ hạt và cắt thành dải rộng ⅜ inch / 1 cm

● 3 củ hành tây nhỏ, cắt đôi và cắt thành hình nêm rộng ¾ inch / 2 cm

● 4 nhánh húng tây, lá nhặt và thái nhỏ

● 1½ muỗng cà phê rau mùi

● 1½ muỗng cà phê thì là

● 6 muỗng canh dầu ô liu, cộng thêm để hoàn thành

● 1½ muỗng canh lá mùi tây phẳng, thái nhỏ

● 1½ muỗng canh lá ngò, xắt nhỏ

● 9 oz / 250 g bánh phồng toàn bơ, chất lượng tốt nhất

● 2 muỗng canh / 30 g kem chua

● 4 quả trứng lớn (hoặc 5½ oz / 160 g phô mai feta, vỡ vụn), cùng với 1 quả trứng, đánh nhẹ

● muối và hạt tiêu đen mới xay

HƯỚNG DẪN

a) Làm nóng lò ở 400°F / 210°C. Trong một bát lớn, trộn đều ớt, hành tây, lá húng tây, gia vị xay, dầu ô liu và một chút muối. Trải ra chảo rang và nướng trong 35 phút, khuấy vài lần trong khi nấu. Rau phải mềm và ngọt nhưng không quá giòn hoặc có màu nâu vì chúng sẽ nấu lâu hơn. Lấy ra khỏi lò và khuấy một nửa số thảo mộc tươi. Nếm gia vị và đặt sang một bên. Vặn lò nướng lên đến 425°F / 220°C.

b) Trên một bề mặt đã được rắc nhẹ bột mì, cán bột bánh phồng thành hình vuông có kích thước 12 inch / 30 cm, dày khoảng ⅛ inch / 3 mm và cắt thành bốn hình vuông có kích thước 6 inch / 15 cm. Chích các hình vuông bằng một cái nĩa và đặt chúng, cách đều nhau, trên một tấm nướng có lót giấy da. Để yên trong tủ lạnh ít nhất 30 phút.

c) Lấy bánh ngọt ra khỏi tủ lạnh và quét mặt trên và mặt bằng trứng đã đánh bông. Sử dụng thìa bù hoặc mặt sau của thìa, phết 1½ thìa cà phê kem chua lên mỗi ô vuông, để lại đường viền ¼ inch / 0,5cm xung quanh các cạnh. Sắp xếp 3 muỗng canh hỗn hợp hạt tiêu lên trên các ô vuông phủ kem chua, để các đường viền rõ ràng nổi lên. Nên rải khá đều nhưng chừa một khoảng nông ở giữa để sau này đựng trứng.

d) Nướng galettes trong 14 phút. Lấy khay nướng ra khỏi lò và cẩn thận đập một quả trứng vào lỗ ở giữa mỗi chiếc bánh. Quay trở lại lò nướng và nấu thêm 7 phút nữa, cho đến khi trứng vừa chín. Rắc hạt tiêu đen và các loại thảo mộc còn lại và rưới dầu lên trên.

e) Phục vụ cùng một lúc.

4. bánh trứng phồng

Khẩu phần: 4

THÀNH PHẦN
- ½ bánh phồng đông lạnh, rã đông
- ¾ chén phô mai Cheddar, cắt nhỏ
- 4 quả trứng lớn
- 1 muỗng canh mùi tây tươi, băm nhỏ

HƯỚNG DẪN
a) Trải tấm bánh ngọt lên bề mặt đã được rắc bột và cắt thành 4 hình vuông có kích thước bằng nhau.
b) Đặt bốn hình vuông vào SearPlate của Lò chiên không khí kỹ thuật số Ninja Foodi.
c) Chuyển SearPlate sang Lò chiên không khí kỹ thuật số Ninja Foodi và đóng cửa lại.
d) Chọn chế độ "Air Fry" bằng cách xoay nút xoay.
e) Nhấn nút TEMP/SHADE và thay đổi giá trị thành 300 °F.
f) Nhấn nút TIME/SLICS và thay đổi giá trị thành 10 phút, sau đó nhấn Start/Stop để bắt đầu nấu.
g) Nhấn vào giữa mỗi hình vuông bánh ngọt bằng mặt sau của thìa kim loại.
h) Chia phô mai thành những vết lõm này và đập một quả trứng vào mỗi chiếc bánh ngọt.
i) Quay trở lại lò và đóng cửa lò.
j) Xoay nút xoay để chọn chế độ "Air Fry".
k) Nhấn nút TIME/SLICS và sử dụng lại nút xoay để đặt thời gian nấu thành 11 phút.
l) Bây giờ, nhấn nút TEMP/SHADE và xoay nút xoay để đặt nhiệt độ ở 350 °F.
m) Trang trí các hình vuông với rau mùi tây.
n) Phục vụ ấm áp.

5. <u>Quiche Lorraine giải cấu trúc</u>

THÀNH PHẦN

- 3 quả trứng lớn
- 3 lát thịt xông khói, chiên và cắt nhỏ
- 4 ounce phô mai Gruyere, cắt nhỏ
- ½ cốc sữa chua Hy Lạp nguyên chất
- 2 muỗng canh hẹ tươi xắt nhỏ, cộng thêm để trang trí
- ½ muỗng cà phê muối
- 1 thìa cà phê tiêu
- 1 tờ bánh phồng lạnh

HƯỚNG DẪN

a) Dùng khuôn cắt bánh quy cắt bánh phồng thành những viên tròn. Nướng theo HƯỚNG DẪN trên bao bì cho đến khi vàng nâu.

b) Làm nóng nồi cách thủy đến 165 °F.

c) Đánh trứng, sau đó cho sữa chua, hẹ, nhục đậu khấu, muối và tiêu vào đánh đều. Khuấy thịt xông khói và phô mai. Đổ hỗn hợp trứng vào túi và đậy kín bằng nước HƯỚNG DẪN. Hỗn hợp trứng nên thu thập ở dưới cùng của túi.

d) Đặt túi vào bồn tắm. Nấu trong 20 phút, sau đó lấy ra.

e) Nhẹ nhàng vớt trứng chín ra thớt. Sử dụng cùng một khuôn cắt bánh quy mà bạn đã sử dụng để cắt bánh ngọt, cắt những viên tròn từ quả trứng. Đặt một vòng trứng trên mỗi vòng bánh ngọt. Rắc hẹ.

6. Bánh sừng bò Nutella và chuối

THÀNH PHẦN

1 tờ bánh phồng, rã đông
1/4 cốc Nutella
1 quả chuối, thái lát mỏng
1 quả trứng, đánh tan
Đường bột, để phủ bụi

HƯỚNG DẪN

Làm nóng lò nướng của bạn ở nhiệt độ 400°F (200°C).
Trên một bề mặt bột nhẹ, lăn tấm bánh phồng thành hình vuông 12 inch.
Cắt hình vuông thành 4 hình vuông nhỏ hơn.
Rải một thìa Nutella lên mỗi ô vuông, để lại một đường viền nhỏ xung quanh các cạnh.
Đặt một vài lát chuối lên trên Nutella.
Cuộn từng hình vuông từ góc này sang góc đối diện, tạo thành hình bánh sừng bò.
Đặt bánh sừng bò lên khay nướng có lót giấy da.
Chải bánh sừng bò với trứng đã đánh.
Nướng trong 15-20 phút, cho đến khi bánh sừng bò có màu nâu vàng và phồng lên.
Rắc đường bột trước khi ăn.

7. Bánh sừng bò S'mores

THÀNH PHẦN

1 tờ bánh phồng, rã đông

1/4 cốc Nutella

1/4 cốc kẹo dẻo nhỏ

1/4 chén vụn bánh quy graham

1 quả trứng, đánh tan

Đường bột, để phủ bụi

HƯỚNG DẪN

Thực hiện theo các hướng dẫn cho Nutella và Banana Croissant, nhưng thay thế chuối cắt lát bằng kẹo dẻo nhỏ và vụn bánh quy graham. Rắc đường bột trước khi ăn.

8. cuộn xúc xích whisky

THÀNH PHẦN:
1 lb xúc xích ăn sáng
1/4 chén rượu whisky
1/4 chén vụn bánh mì
1/4 chén rau mùi tây xắt nhỏ
1 muỗng cà phê bột tỏi
Muối và hạt tiêu cho vừa ăn
1 tờ bánh phồng, rã đông

HƯỚNG DẪN:
Làm nóng lò nướng của bạn ở nhiệt độ 400°F (200°C).
Trong một bát trộn, kết hợp xúc xích ăn sáng, rượu whisky, vụn bánh mì, rau mùi tây, bột tỏi, muối và hạt tiêu.
Lăn tấm bánh phồng lên bề mặt đã được rắc bột và cắt thành 8 hình chữ nhật bằng nhau.
Chia hỗn hợp xúc xích thành 8 phần và nặn từng phần thành hình xúc xích.
Đặt từng chiếc xúc xích lên một chiếc bánh phồng hình chữ nhật và cuộn lại, dán kín các mép.
Đặt các cuộn xúc xích lên khay nướng và nướng trong 20-25 phút hoặc cho đến khi chín vàng và chín đều.
Phục vụ nóng.

9. Bánh sừng bò nam việt quất và cam

THÀNH PHẦN

1 tờ bánh phồng, rã đông
1/4 chén nước sốt nam việt quất
1/4 chén mứt cam
1/4 chén hạnh nhân xắt nhỏ
1 quả trứng, đánh tan
Đường bột, để phủ bụi

HƯỚNG DẪN

Làm nóng lò nướng của bạn ở nhiệt độ 375°F (190°C).

Trên một bề mặt bột nhẹ, lăn bánh phồng thành một hình chữ nhật lớn. Cắt bánh ngọt thành 4 hình tam giác bằng nhau.

Trong một bát trộn, kết hợp nước sốt nam việt quất, mứt cam và hạnh nhân cắt nhỏ.

Rải một thìa hỗn hợp lên phần rộng nhất của mỗi hình tam giác.

Cuộn bánh sừng bò lên từ đầu rộng nhất về phía điểm.

Đặt bánh sừng bò lên khay nướng có lót giấy da và phết trứng đã đánh lên.

Nướng trong 15-20 phút, cho đến khi bánh sừng bò có màu vàng nâu và giòn.

Rắc đường bột trước khi ăn.

10. bánh sừng bò dứa

THÀNH PHẦN

1 tờ bánh phồng, rã đông
1 hộp dứa nghiền, để ráo nước
1/4 chén đường nâu
1/4 chén bơ không ướp muối, tan chảy
1 quả trứng, đánh tan
Đường bột, để phủ bụi

HƯỚNG DẪN

Làm nóng lò nướng của bạn ở nhiệt độ 375°F (190°C).

Trên một bề mặt bột nhẹ, lăn bánh phồng thành một hình chữ nhật lớn. Cắt bánh ngọt thành 4 hình tam giác bằng nhau.

Trong một bát trộn, kết hợp dứa nghiền, đường nâu và bơ tan chảy.

Rải một thìa hỗn hợp dứa lên phần rộng nhất của mỗi hình tam giác. Cuộn bánh sừng bò lên từ đầu rộng nhất về phía điểm.

Đặt bánh sừng bò lên khay nướng có lót giấy da và phết trứng đã đánh lên.

Nướng trong 15-20 phút, cho đến khi bánh sừng bò có màu vàng nâu và giòn.

Rắc đường bột trước khi ăn.

11. Bánh sừng bò mận

THÀNH PHẦN

1 tờ bánh phồng, rã đông
4-5 quả mận, thái lát mỏng
2 thìa mật ong
1/4 chén bột hạnh nhân
1 quả trứng, đánh tan
Đường bột, để phủ bụi

HƯỚNG DẪN

Làm nóng lò nướng của bạn ở nhiệt độ 375°F (190°C).

Trên một bề mặt bột nhẹ, lăn bánh phồng thành một hình chữ nhật lớn. Cắt bánh ngọt thành 4 hình tam giác bằng nhau.

Trong một bát trộn, kết hợp mận thái lát, mật ong và bột hạnh nhân.

Rải một thìa hỗn hợp mận lên phần rộng nhất của mỗi hình tam giác. Cuộn bánh sừng bò lên từ đầu rộng nhất về phía điểm.

Đặt bánh sừng bò lên khay nướng có lót giấy da và phết trứng đã đánh lên.

Nướng trong 15-20 phút, cho đến khi bánh sừng bò có màu vàng nâu và giòn.

Rắc đường bột trước khi ăn.

12. Bánh sừng bò Brie và táo

THÀNH PHẦN

1 tờ bánh phồng, rã đông
4 ounce phô mai brie, thái lát
1 quả táo, thái lát mỏng
1 quả trứng, đánh tan
Mật ong, cho mưa phùn

HƯỚNG DẪN

Làm theo hướng dẫn cho Bánh sừng bò sô cô la cổ điển (Công thức 1), nhưng thay thế sô cô la cắt nhỏ bằng phô mai brie và táo cắt lát. Mưa phùn với mật ong trước khi phục vụ.

25 phút cho đến khi vàng nâu.

13. bánh sừng bò pizza

THÀNH PHẦN

1 tờ bánh phồng, rã đông

1/2 chén nước sốt bánh pizza

1/2 chén phô mai mozzarella bào nhỏ

1/4 chén pepperoni thái lát

1 quả trứng, đánh tan

gia vị Ý, để rắc

HƯỚNG DẪN

Làm theo hướng dẫn cho Bánh sừng bò sô cô la cổ điển (Công thức 1), nhưng thay sô cô la cắt nhỏ bằng nước sốt bánh pizza, phô mai mozzarella cắt nhỏ và xúc xích tiêu thái lát. Rắc gia vị Ý trước khi nướng.

MÓN KHAI THÁC VÀ MÓN QUAY

14. Chong chóng trái cây dễ dàng

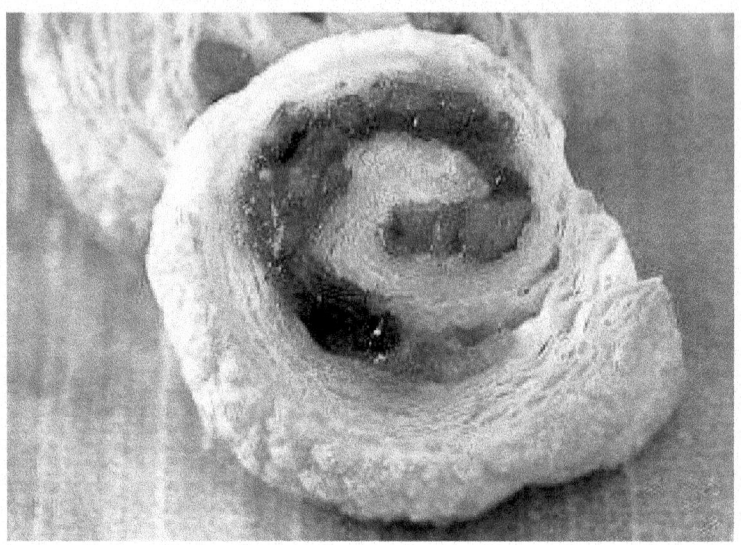

Làm cho: 1 phần ăn

THÀNH PHẦN
- 1 tấm bánh phồng đông lạnh; rã đông
- ½ cốc Đường; (Về)
- ½ cốc Mứt hoặc chất bảo quản; (Về)

HƯỚNG DẪN:
a) Làm nóng lò ở 400F. Trải tấm bánh ngọt trên bề mặt làm việc để loại bỏ nếp nhăn.

b) Chải bánh ngọt với nước. Bắt đầu từ 1 cạnh, cuộn bánh thật chặt theo kiểu cuộn thạch.

c) Cắt bánh ngọt thành những viên tròn dày ¼ inch.

d) Cho đường ra đĩa và ấn 1 vòng vào đường. Đặt hình tròn trên khay nướng, mặt đường hướng lên trên, đầu cuối nhét xuống dưới. Lặp lại với các vòng bánh ngọt còn lại. Dùng ngón tay ấn vào giữa hình tròn để tạo thành phần rỗng nhỏ.

e) Thìa 1 muỗng cà phê mứt vào rỗng. Rắc bánh ngọt với đường bổ sung.

f) Nướng bánh ngọt cho đến khi vàng nâu, khoảng 20 phút. Làm mát trên giá đỡ.

15. Chong chóng xoài và xúc xích

Thực hiện: 12 phần ăn

THÀNH PHẦN
- 500 g xúc xích băm
- Rau mồng tơi 36 lá
- 185 g tương ớt xoài
- 1 củ hành tây thái hạt lựu nhỏ
- 1 muỗng cà phê gia vị Ma-rốc tùy chọn
- 1 chút muối và hạt tiêu
- 3 tấm bánh phồng
- 1 muỗng canh sữa

HƯỚNG DẪN:
a) Kết hợp hành tây, tương ớt xoài, xúc xích băm, muối, hạt tiêu và gia vị Ma-rốc trong một bát vừa.

b) Trải trên các tấm bánh ngọt, để lại một khoảng trống nhỏ ở phía xa.

c) Phủ thịt bằng một lớp lá rau muống non.

d) Cuộn bánh ngọt từ cạnh gần nhất. Chạy một bàn chải bánh ngọt nhúng sữa dọc theo cạnh xa để dán bánh ngọt thành hình xúc xích dài.

e) Cắt thành 12 lát và đặt miếng phẳng trên khay mỡ.

f) Nướng ở 180C trong 12-15 phút là bánh chín.

16. Chong chóng Puff Pastry

Làm cho: 25 cái chong chóng

THÀNH PHẦN
- 1 tờ bột bánh phồng đã rã đông
- ⅔ chén lê cắt thành khối rất nhỏ
- ¼ chén phô mai Asiago Tôi dùng Phô mai Asiago tiêu, cắt nhỏ
- ⅛ chén quả hồ trăn thái nhỏ
- ⅛ chén quả nam việt quất khô thái nhỏ
- ½ muỗng cà phê hương thảo tùy chọn
- 1 quả trứng, đánh tan
- ½ muỗng cà phê muối biển

HƯỚNG DẪN:
a) Trên một bề mặt đã phủ bột, mở bánh phồng đã rã đông ra và cuộn thành hình vuông lớn hơn, chủ yếu để làm cho tấm bánh mỏng hơn.

b) Trên một cái thớt lớn, chuẩn bị nhân bánh. Cắt quả lê làm đôi và loại bỏ lõi. Thái quả lê thành những lát mỏng sau đó cắt các lát lê thành các đường sọc rồi thái hạt lựu.

c) Sử dụng dụng cụ vắt, cắt nhỏ pho mát hoặc bạn có thể sử dụng pho mát đã được cắt sẵn.

d) Trong một bát nhỏ đánh trứng. Cho toàn bộ nhân lên trên mặt bột Để lại một mặt dài của bánh không có nhân và phết trứng đã đánh bông lên trên.

e) Bắt đầu lăn bánh qua các nguyên liệu thành một cuộn chặt. Bọc kín mép bánh bằng trứng đã đánh bông.

f) Làm nóng lò nướng đến 400° F trong khi bánh ngọt đang nguội.

g) Bọc các khúc gỗ trong nhựa và làm lạnh trong tủ lạnh trong một giờ. Hoặc tại thời điểm này, bạn có thể đóng băng những cuộn này trong vài tháng.

h) Sau khi bánh nguội, cắt thành lát. Tôi cắt của tôi thành những lát ½ inch. Đặt trên một tấm nướng có lót một tấm nướng bằng silicon. Phết nước rửa trứng lên trên và rắc muối lên trên.

i) Nướng bánh trong 17-20 phút cho đến khi vàng nâu nhẹ.

j) Những loại bánh ngọt này được phục vụ tốt nhất khi còn ấm.

k) Lưu trữ bất kỳ bánh ngọt còn sót lại trong hộp kín.

17. Chong chóng táo quế

Làm: 14 cái chong chóng

THÀNH PHẦN
- 1 tờ bánh phồng bơ
- 1 muỗng cà phê bột quế
- 2 muỗng canh đường
- 1 quả táo nấu ăn

HƯỚNG DẪN:
a) Làm nóng lò ở 200 độ C (390 F).

b) Lấy bánh ngọt ra khỏi tủ đông và rã đông.

c) Lót khay nướng bằng giấy nướng.

d) Trộn đường và quế của bạn trong một bát nhỏ.

e) Gọt vỏ và lõi táo. Cắt xúc xắc nhỏ, khoảng ½ cm (⅕ inch).

f) Đặt bánh ngọt của bạn lên khay nướng, phủ đường quế và táo thái hạt lựu lên trên.

g) Từ từ bắt đầu cuộn bánh ngọt từ cuối gần bạn nhất. Tiếp tục lăn về phía trước, tương đối chắc chắn, cho đến khi bạn đi đến cuối đường lăn.

h) Dùng màng bọc thực phẩm bọc lại và để nguội cuộn bánh trong khoảng 30 phút để dễ cắt hơn.

i) Cắt các đầu bằng dao răng cưa và loại bỏ.

j) Cắt chong chóng dày khoảng 1 cm (½ inch).

k) Đặt chong chóng của bạn lên khay nướng đã chuẩn bị. Để chúng không bị bung ra, bạn hãy dùng đầu ngón tay véo nhẹ phần đầu bánh ngọt bên ngoài vào cuộn.

l) Nướng trong 12-15 phút, hoặc cho đến khi vàng nâu.

m) Phục vụ ấm, hoặc để nguội hoàn toàn trước khi bảo quản trong hộp kín.

18. Pesto phô mai và chong chóng ô liu

Làm cho: 100

THÀNH PHẦN
- 12 ounce Phô mai kem; làm mềm
- 1 cốc Parmesan nạo
- 2 củ Hành lá; băm nhỏ
- ⅓ chén sốt pesto yêu thích của bạn
- 1 gói Bánh phồng đông lạnh; rã đông cho đến khi lạnh
- Đủ để cuộn nhưng vẫn ướp lạnh
- 1½ chén ô liu chín nguyên hạt; nêm hoặc băm nhỏ

HƯỚNG DẪN:
a) Đánh pho mát kem, phô mai parmesan, hành lá và sốt pesto cho đến khi trộn đều. Trên bề mặt đã được rắc bột nhẹ, cuộn một nửa bánh phồng (1 tờ) thành hình chữ nhật 10x6 inch.

b) Phết một nửa hỗn hợp phô mai lên bánh ngọt, phủ kín hoàn toàn.

c) Rải một nửa quả ô liu lên trên.

d) Cuộn theo chiều dọc giống như cuộn thạch, bắt đầu từ cạnh dài để tạo thành khúc gỗ.

e) Lặp lại với bánh ngọt, nhân và ô liu còn lại. Đóng băng các bản ghi cho đến khi rắn.

f) Làm nóng lò nướng đến 375 độ. Lấy khúc gỗ ra khỏi tủ đông 10-15 phút. trước khi nướng.

g) Cắt thành những viên tròn dày ¼ inch.

h) Đặt cách nhau 1½ inch trên tấm nướng chống dính.

i) Nướng 10-12 phút. hoặc cho đến khi có màu nâu nhạt.

19. Chong chóng Parmesan và Pesto

Làm cho: 35 cái chong chóng

THÀNH PHẦN
- 1 tờ bánh phồng đông lạnh
- ⅓ chén sốt Pesto; cửa hàng mua, hoặc tự chế
- ½ chén phô mai Parmesan nạo
- 1 quả trứng; bị đánh với
- 1 muỗng cà phê nước

HƯỚNG DẪN:
a) Rã đông bánh phồng 20 phút. Mở ra và lăn trên một bề mặt có rắc bột nhẹ thành hình chữ nhật 14 x 11. Phết đều sốt pesto và rắc phô mai Parmesan.

b) Bắt đầu từ cạnh dài, cuộn bánh ngọt lại như cuộn thạch.

c) Cắt cuộn bánh ngọt theo chiều ngang thành những lát dày ⅜ inch. Đặt trên tấm nướng mỡ nhẹ và chải bằng hỗn hợp trứng.

d) Nướng ở 400 độ trong 8 đến 10 phút hoặc cho đến khi vàng nâu. Chuyển sang giá dây và phục vụ khi còn ấm.

20. Choesy Mushroom Puff Pastry Chong Chóng

Làm cho: 15

THÀNH PHẦN
- 1 tờ bánh phồng, rã đông
- 1 muỗng canh dầu ô liu hoặc bơ thuần chay
- 1 củ hẹ nhỏ thái hạt lựu
- 1 tép tỏi băm nhỏ
- 1/2 muỗng cà phê húng tây tươi
- 1/2 muỗng cà phê tiêu đen hoặc nếm thử
- 8 ounce nấm hỗn hợp xắt nhỏ
- 1/2 muỗng canh tamari ít natri
- 1 muỗng canh bột mì để phủi bụi
- 1/2 chén phô mai mozzarella thuần chay
- 1/4 chén phô mai parmesan thuần chay, cắt nhỏ

HƯỚNG DẪN:
a) Rã đông bánh phồng theo hướng dẫn trên bao bì.

b) Làm nóng lò ở 425F. Lót một tấm nướng bằng giấy da và đặt sang một bên.

c) Đun chảy bơ trong chảo xào trên lửa vừa cao. Thêm hẹ và xào trong 3 đến 5 phút, cho đến khi có mùi thơm. Thêm nấm, húng tây và hạt tiêu đen và trộn đều. Xào trong 5-7 phút, thỉnh thoảng khuấy. Thêm tỏi và tamari, sau đó xào thêm 1 đến 2 phút. Tắt bếp và đặt sang một bên.

d) Phủ nhẹ thớt hoặc làm sạch bề mặt làm việc bằng bột mì, sau đó đặt bánh phồng lên trên. Dùng cây cán bột để cán bánh phồng ra khoảng 12" x 15-16".

e) Rắc phô mai mozzarella thuần chay và phô mai parmesan lên bề mặt bánh ngọt, để lại đường viền 1 inch trên một đầu dài của bánh ngọt.

f) Dùng thìa phết nấm đã nấu chín lên trên pho mát, vẫn giữ nguyên đường viền.

g) Sử dụng bàn chải hoặc ngón tay của bạn để chải nhẹ mép bánh sạch bằng nước. Sử dụng hai tay để cuộn bánh phồng lên về phía mép, tạo thêm áp lực khi bạn đi đến cuối để bọc kín bánh.

h) Trước tiên cho bánh đã cuộn vào tủ lạnh 20-30 phút để khi dùng dao cắt bánh sẽ cứng hơn.

i) Luồn một đoạn chỉ nha khoa dài bên dưới cuộn bánh phồng, sau đó vắt chéo hai sợi chỉ lên trên để tạo thành một đoạn dài 1 inch. Tiếp tục kéo các sợi chéo cho đến khi chúng cắt hoàn toàn cuộn, sau đó chuyển sang khay nướng.

j) Nướng ở ngăn trên cùng của lò nướng trong 18 đến 22 phút, cho đến khi bánh chín vàng.

k) Lấy ra khỏi lò và phục vụ ấm hoặc lạnh.

21. chong chóng prosciutto mặn

Thực hiện: 24 phần ăn

THÀNH PHẦN

- 2 muỗng cà phê bánh phồng đông lạnh
- ½ pound prosciutto cắt lát mỏng; đã chia ra
- 3 ounce Phô mai Parmesan mới bào; đã chia ra
- 1 Hũ Mù tạt ngọt - (4 oz); đã chia ra
- 1 quả trứng; bị đánh với
- 2 muỗng canh Nước

HƯỚNG DẪN:

a) Làm tan bánh phồng ở nhiệt độ phòng trong 20 đến 30 phút. Rải nhẹ tấm bột và cán mỏng một tấm bánh ngọt có kích thước khoảng 12 x 15 inch. Trải tấm bánh ngọt với một nửa mù tạt. Trên cùng với một nửa prosciutto, được sắp xếp thành các lớp đơn lẻ. Rắc prosciutto với một nửa pho mát Parmesan. Nhấn phô mai xuống bằng ngón tay hoặc thìa. Cuộn bánh ngọt thành hình xoắn ốc.

b) Chải các cạnh với một ít nước và ấn để bịt kín. Sử dụng một con dao có răng cưa, cắt cuộn thành những chiếc chong chóng một inch. Xếp chong chóng lên khay nướng và nén chúng bằng đáy ly hoặc mặt sau của thìa.

c) Lặp lại cho tờ bánh phồng thứ hai, sau đó cho chong chóng vào tủ lạnh trong 15 phút. Chải chong chóng bằng nước rửa trứng và nướng trong lò nướng 400 độ đã làm nóng trước trong mười phút. Lật và nướng thêm 5 đến 10 phút nữa hoặc cho đến khi có màu vàng nâu.

22. Tuna Puff Pastry Chong Chóng

Làm: 15 cái chong chóng

THÀNH PHẦN
- 1 tờ bánh phồng
- 2 muỗng cà phê dầu ô liu nguyên chất
- 1 củ hành tây màu nâu / vàng vừa, thái hạt lựu
- 6,5 ounce cá ngừ đóng hộp trong dầu, thoát nước tốt
- ⅓ chén phô mai cheddar, nạo
- 3 muỗng canh rau mùi tây phẳng, thái nhỏ
- 1 muỗng cà phê vỏ chanh
- ¼ muỗng cà phê ớt cayenne
- muối biển và hạt tiêu đen mới xay

HƯỚNG DẪN:
a) Làm nóng lò nướng của bạn ở 200 độ C.
b) Chuẩn bị khay nướng có lót giấy nướng.
c) Lấy bánh phồng ra khỏi tủ đông và rã đông.
d) Cho bánh ngọt trở lại tủ lạnh sau khi rã đông để giữ lạnh.
e) Băm nhỏ hành tây của bạn và chiên nhẹ nhàng trong dầu ô liu trong khoảng 8-10 phút hoặc cho đến khi hơi caramen. Đặt sang một bên để làm mát.
f) Để ráo hộp cá ngừ và cho vào tô cỡ vừa. Nghiền để phá vỡ bất kỳ mảnh lớn.
g) Thêm hành tây nấu chín và các thành phần còn lại vào cá ngừ, và trộn đều để kết hợp.
h) Kiểm tra xem gia vị có phù hợp với khẩu vị của bạn không, thêm muối, hạt tiêu hoặc vỏ chanh nếu cần.
i) Top bánh ngọt với hỗn hợp cá ngừ của bạn. Trải đều hỗn hợp, đảm bảo chừa một khoảng trống nhỏ xung quanh mép bánh ngọt.
j) Sử dụng mặt sau của thìa hoặc thìa cao su, ấn xuống hỗn hợp để nén chặt.
k) Từ từ bắt đầu cuộn bánh ngọt từ cuối gần bạn nhất. Tiếp tục lăn về phía trước, vừa phải chắc chắn, giữ càng chặt càng tốt, cho đến khi bạn đi đến cuối đường lăn.
l) Cho bánh phồng vào tủ lạnh khoảng 15 phút cho cứng lại.

m)   Sử dụng một con dao răng cưa, cắt các đầu và loại bỏ.

n) Sau đó, sử dụng cùng một con dao, cắt chong chóng dày khoảng 1,5 cm (½ ").

o) Đặt chong chóng của bạn lên khay nướng. Nếu một ít hỗn hợp rơi ra ngoài, chỉ cần nhẹ nhàng đẩy nó trở lại.

p) Nướng trong 15-20 phút, hoặc cho đến khi vàng nâu và bánh chín.

q) Phục vụ ấm từ lò nướng hoặc để nguội đến nhiệt độ phòng.

23. Phô mai que Paprika Parmesan

Phục vụ: 3 tá

THÀNH PHẦN
- 1 tờ bánh phồng đông lạnh, rã đông
- 1/4 chén phô mai Parmesan bào
- 1/2 muỗng cà phê ớt bột
- 1/4 muỗng cà phê muối
- 1/4 muỗng cà phê mặn khô

HƯỚNG DẪN
a) Tung ra bánh phồng. Tạo hình bánh ngọt thành hình vuông 10 inch trên khu vực làm việc đã được rắc nhẹ bột mì.

b) Trộn đều các nguyên liệu còn lại trong một bát nhỏ và rưới lên bánh ngọt. Cắt 12 dải từ bánh ngọt, mỗi dải rộng 3/4 inch. Cắt từng dải thành ba phần, theo chiều rộng.

c) Chuyển lên khay nướng có lót giấy da, cách nhau 1 inch. Nướng trong 5 đến 7 phút ở 375 độ F, cho đến khi vàng nâu. Phục vụ ngay lập tức.

24. Lợn con trên võng

Phục vụ: 1-1/2 chục

THÀNH PHẦN
- 1 gói (17,3 ounce) bánh phồng đông lạnh, rã đông
- 3 muỗng canh mứt mâm xôi không hạt
- 1 muỗng canh mù tạt Dijon
- 1 vòng (8 ounce) phô mai Camembert
- 18 xúc xích hun khói thu nhỏ
- 1 trứng lớn
- 1 muỗng canh nước

HƯỚNG DẪN
a) Làm nóng lò ở nhiệt độ 425 ° F. Trải bánh phồng ra và cắt 9 ô vuông trên mỗi chiếc bánh. Cắt mỗi hình vuông theo đường chéo để tạo ra hai hình tam giác.

b) Cho mù tạt và mứt vào một bát nhỏ, trộn đều. Trải hỗn hợp trên hình tam giác. Phô mai cắt đôi theo chiều ngang; sau đó cắt mỗi nửa thành chín miếng.

c) Đặt một miếng phô mai và xúc xích lên trên mỗi hình tam giác bánh ngọt. Kéo các cạnh bánh ngọt lên trên xúc xích và pho mát và đóng dấu bằng cách ấn các cạnh lại với nhau.

d) Xếp bánh ngọt lên khay nướng có lót giấy da. Đánh nước và trứng với nhau trong một cái bát nhỏ và chải bánh ngọt bằng hỗn hợp rửa trứng.

e) Nướng cho đến khi vàng nâu, 15 đến 17 phút.

25. **Chong chóng Atisô**

Phục vụ: 2 tá

THÀNH PHẦN
- 1 lon (14 ounces) tim atisô ngâm nước, rửa sạch, để ráo nước và thái nhỏ
- 1 gói (10 ounces) rau bina xắt nhỏ đông lạnh, rã đông và vắt khô
- 1/2 chén phô mai Parmesan bào
- 1/2 chén sốt mayonaise
- 1/2 muỗng cà phê bột hành
- 1/2 muỗng cà phê bột tỏi
- 1/2 muỗng cà phê tiêu
- 1 gói (17,3 ounce) bánh phồng đông lạnh, rã đông

HƯỚNG DẪN
a) Trộn bảy thành phần đầu tiên trong một bát nhỏ. lăn bánh phồng ra.
b) Rải hỗn hợp atisô lên mỗi tấm trong vòng 1/2 inch các cạnh, sau đó cuộn bánh ngọt lại theo kiểu cuộn thạch. Dùng màng bọc thực phẩm bọc lại và để ngăn đá tủ lạnh, khoảng 30 phút.
c) Cắt từng cuộn thành 12 miếng mỗi cuộn bằng dao răng cưa. Chuyển trên một tấm nướng mỡ, mặt đường may xuống.
d) Nướng trong 18 đến 22 phút ở 400 độ F cho đến khi vàng nâu.

26. Tiramisu xoắn

Thực hiện: 4 phần ăn

THÀNH PHẦN
- 200 gam mascarpone
- 2 muỗng canh Kahlua, cộng thêm cho men
- 2 muỗng canh đường bột
- 1 tờ bánh phồng bơ
- 30 gram sô cô la đen, chia

HƯỚNG DẪN:

a) Trong một bát trộn nhỏ, đánh mascarpone cho đến khi mềm. Thêm Kahlua và sau khi trộn đều hoàn toàn, cho đường vào. Đặt tấm bánh phồng ra với một cạnh ngắn về phía bạn. Trải đều nhân bánh tiramisu lên tấm.

b) Dùng dao cắt bánh pizza hoặc dao sắc để cắt bánh thành 8 dải dài theo chiều dọc. Bào 20 gam sô cô la đen lên trên nhân bánh. Làm việc với một lần xoắn, giữ phần cuối xa bạn nhất và gập nó xuống, làm đôi, trên chính nó. Chuyển sang một tấm nướng không dính hoặc có lót giấy, xoay nó hai lần khi bạn đặt nó xuống. Nhẹ nhàng ấn mép dưới đóng lại, sau đó lặp lại với phần còn lại và làm lạnh trong 1 giờ.

c) Làm nóng lò ở quạt 200C / 180C. Sau khi bánh ngọt đã được làm lạnh trong một giờ, hãy quét nhẹ chúng bằng Kahlua và bào lên một lớp sô cô la còn lại. Nướng trong 15 phút cho đến khi nổi lên và có màu vàng nâu. Chuyển sang giá để nguội hoặc phục vụ ấm.

27. Món khai vị phô mai xanh và quả óc chó

THÀNH PHẦN
- bánh phồng
- 1 chén quả óc chó
- 1 chén Phô mai xanh vụn
- 1 quả trứng đánh với 1 tab nước

HƯỚNG DẪN

a) Chỉ cần cắt nhỏ 1 cốc quả óc chó (tùy thuộc vào kích cỡ của brie mà bạn cần phủ) và khuấy vào 1 cốc phô mai xanh vụn. Nhấn lên trên cùng của Brie và cẩn thận bọc một tờ bột bánh phồng đã rã đông (Cán ra theo kích thước cần thiết).

b) Dùng ngón tay nhúng nước lạnh để bịt kín mặt dưới của bánh. Cắt bỏ phần thừa để tạo hình cắt.

c) Chải với hỗn hợp trứng.

d) Nướng trên một tấm bánh quy có phủ giấy nướng trong lò nướng ở nhiệt độ 375 độ trong khoảng 20 phút cho đến khi vàng. (Giấy da giúp việc chuyển Brie sang đĩa phục vụ trở nên đơn giản.) Để Brie nướng trong 20-30 phút. trước khi cắt để cho nó cứng lại một chút.

28. bánh táo

Khẩu phần: 6

THÀNH PHẦN
- ½ quả táo lớn, gọt vỏ, bỏ lõi và cắt nhỏ
- 1 muỗng cà phê vỏ cam tươi, bào mịn
- ½ muỗng canh đường trắng
- ½ muỗng cà phê bột quế
- 7 ounces bánh phồng đông lạnh đã chuẩn bị

HƯỚNG DẪN
a) Trong một cái bát, trộn tất cả các thành phần trừ bánh phồng.
b) Cắt bánh ngọt thành 16 ô vuông.
c) Đặt khoảng một muỗng cà phê hỗn hợp táo vào giữa mỗi hình vuông.
d) Gấp từng hình vuông thành một hình tam giác và ấn nhẹ các cạnh bằng ngón tay ướt.
e) Sau đó dùng nĩa ấn mạnh vào các cạnh.
f) Nhấn nút AIR OVEN MODE của Lò chiên không khí kỹ thuật số Ninja Foodi và xoay nút xoay để chọn chế độ "Air Fry".
g) Nhấn nút TIME/SLICS và xoay nút xoay một lần nữa để đặt thời gian nấu thành 10 phút.
h) Bây giờ hãy nhấn nút TEMP/SHADE và xoay nút xoay để đặt nhiệt độ ở 390 °F.
i) Nhấn nút "Start/Stop" để bắt đầu.
j) Khi thiết bị phát ra tiếng bíp cho biết thiết bị đã được làm nóng trước, hãy mở cửa lò.
k) Sắp xếp bánh ngọt vào rổ chiên không khí đã bôi mỡ và cho vào lò nướng.
l) Khi thời gian nấu kết thúc, hãy mở cửa lò và chuyển bánh ngọt lên đĩa.
m) Phục vụ ấm áp.

29. Nutella Pastry Twists

Thực hiện: 15 vòng xoắn

THÀNH PHẦN
- Bánh phồng đông lạnh gói 17,3 ounce, rã đông nhưng lạnh
- bột mì, để làm sạch bề mặt làm việc
- 1 cốc Nutella
- 1 trứng lớn
- đường cát thô, tùy chọn

HƯỚNG DẪN:
a) Làm nóng lò trước ở 350 độ.
b) Lót một tấm nướng bằng giấy da và bôi nhẹ bằng bình xịt nấu ăn.
c) Mở một tờ bánh phồng lên một bề mặt làm việc đã được rắc nhẹ bột mì. Dùng cây cán bột, lăn nhẹ bánh cho các nếp gấp lại với nhau.
d) Phết Nutella lên bột bánh phồng đã được làm phẳng.
e) Làm phẳng tờ bột bánh phồng thứ hai và đặt lên trên tờ thứ nhất.
f) Cắt bột thành dải rộng một inch và xoắn từng dải thành một vòng xoắn và đặt lên khay nướng.
g) Trong một cái bát nhỏ, đánh trứng sau đó phết lên các vòng xoắn.
h) Rắc đường xoắn với đường cát nếu muốn.
i) Nướng trong 15 đến 18 phút cho đến khi vàng nâu.
j) Lấy các vòng xoắn ra khỏi lò và để nguội ít nhất 5 phút trên khay nướng.

30. Bánh Quy Hạt Phỉ Nutella

Thực hiện: 4-6 phần ăn

THÀNH PHẦN
- 1 tờ bánh phồng đông lạnh, rã đông
- ⅓ chén thái nhỏ, rang
- 1 cốc Nutella

HƯỚNG DẪN:
a) Đặt Nutella và quả phỉ đều trên bánh phồng.

b) Lấy cạnh dài và cuộn nó xung quanh nhân cho đến khi bạn đến giữa và làm tương tự với cạnh dài còn lại để gặp cuộn đầu tiên ở giữa.

c) Làm lạnh nó trong ít nhất ba mươi phút trước khi bạn làm bất cứ điều gì khác.

d) Đặt lò nướng của bạn ở 450 độ F.

e) Lấy bánh ngọt ra và cắt thành những lát khoảng ¾ inch.

f) Đặt những lát này vào lò nướng đã được làm nóng trước trên khay nướng và nướng trong 7 phút trước khi lật mặt và nướng thêm 5 phút nữa.

g) Phục vụ.

31. bánh bông lan cuộn Nutella

Làm cho: 25

THÀNH PHẦN
- 1 (8 ounces) gói phyllo bột, rã đông
- ½ (13 ounce) hũ Nutella
- ½ chén bơ đun chảy

HƯỚNG DẪN:
a) Đặt lò nướng của bạn ở 400 độ trước khi làm bất cứ điều gì khác.

b) Lấy một miếng phyllo và phủ bơ lên một nửa miếng, sau đó gấp mặt đối diện lên trên mặt đã phết bơ.

c) Thêm 1 muỗng canh phết hạt phỉ vào giữa bột, sau đó đặt phần còn lại của bơ xung quanh phần còn lại của bề mặt bột.

d) Bây giờ cuộn bột này thành một cái ống và đặt nó trên một tấm bánh quy.

e) Tiếp tục chuẩn bị các miếng bột theo cách này cho đến khi tất cả các thành phần đã được sử dụng hết.

f) Bây giờ nấu chúng trong lò trong 12 phút.

g) Thưởng thức.

32. Nutella Puff Pastry với hạt phỉ

Làm cho: 34

THÀNH PHẦN
- 1 (17,25 oz) gói bánh phồng đông lạnh, rã đông
- 11 muỗng canh Nutella
- ½ chén hạt phỉ xắt nhỏ (tùy chọn)
- 6 muỗng cà phê đường bột

HƯỚNG DẪN:
a) Đặt lò nướng của bạn ở 425 độ F trước khi làm bất cứ điều gì khác.
b) Phết Nutella lên bánh phồng dẹt trước khi phủ hạt phỉ lên trên.
c) Gấp nó lại thành hình chữ nhật trước khi cắt thành lát nửa inch.
d) Đặt cái này lên một món nướng và rắc một ít đường bột.
e) Nướng món này trong lò đã làm nóng trước khoảng 15 phút hoặc cho đến khi có màu vàng nâu.
f) Bớt nóng đi.
g) Phục vụ.

33. Bánh phồng củ cải với mù tạt Micros

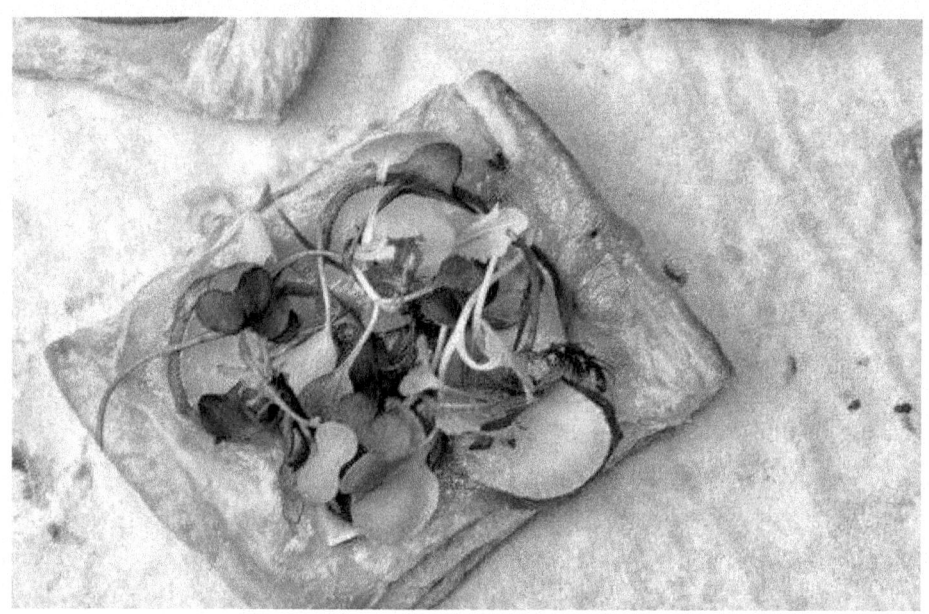

Làm cho: 4

THÀNH PHẦN
- 2 tấm bánh phồng, cắt thành 12 miếng
- 1 quả trứng đánh tan
- 5 ounce phô mai dê vụn
- 10 đến 12 củ cải thái lát mỏng
- Số ít mù tạt microgreen
- 1 muỗng cà phê muối biển

HƯỚNG DẪN:
a)   Làm nóng lò ở 400 độ.

b)   Đặt bánh ngọt lên khay nướng và tạo một chiếc môi nhỏ ở cạnh ngắn hơn bằng cách gấp hai đầu lại.

c)   Sử dụng nước rửa trứng để quét bánh ngọt. Sử dụng một cái nĩa, chọc vào từng chiếc bánh ngọt nhiều lần.

d)   Nướng bánh ngọt trong 8 đến 10 phút, cho đến khi vàng nâu và mịn.

e)   Phết phô mai dê lên bánh sừng bò và trang trí bằng củ cải cắt nhỏ.

f)   Nướng thêm 8 đến 10 phút nữa hoặc cho đến khi bánh có màu vàng nâu và củ cải trong mờ.

g)   Phủ lên mỗi chiếc bánh ngọt một ít rau xanh và một chút muối và dùng ngay.

34. Nồi chiên không khí Sweet Twists

Phục vụ: 2

THÀNH PHẦN
- 1 hộp bánh phồng mua ở cửa hàng
- ½ muỗng cà phê quế
- ½ muỗng cà phê đường
- ½ muỗng cà phê hạt mè đen
- Muối, nhúm
- 2 muỗng canh phô mai Parmesan, nạo

HƯỚNG DẪN
a) Đặt bột trên một bề mặt làm việc.
b) Lấy một bát nhỏ và trộn phô mai, đường, muối, hạt vừng và quế.
c) Nhấn hỗn hợp này trên cả hai mặt của bột.
d) Bây giờ, cắt bánh ngọt thành dải 1 "x 3".
e) Xoắn từng dải 2 lần rồi đặt lên mặt phẳng.
f) Chuyển nó vào giỏ nồi chiên không khí.
g) Chọn chế độ chiên không khí ở 400 độ F trong 10 phút.
h) Sau khi nấu chín, phục vụ.

35. Doanh thu của apple

THÀNH PHẦN

- 2 quả táo, gọt vỏ, bỏ lõi và thái hạt lựu
- 1 muỗng canh đường, cộng thêm để rắc
- nhúm quế
- 1 quả trứng, đánh nhẹ
- 2 tờ bánh phồng, rã đông
- 1 muỗng cà phê đường bột (tùy chọn)

HƯỚNG DẪN

a) Kết hợp táo, đường và quế trong một bát nhỏ. Trộn để táo được phủ.

b) Cắt cả hai tờ bánh phồng thành hai phần tư để mỗi tờ có bốn ô vuông.

c) Thìa hỗn hợp táo lên từng ô vuông và quét các cạnh bằng trứng.

d) Gấp từng hình vuông lên chính nó để tạo thành một hình tam giác. Nhấn các cạnh xuống và bịt kín bằng cách nhấn bằng nĩa.

e) Chải đầu của mỗi hình tam giác với trứng và rắc thêm đường.

f) Đặt bốn hình tam giác vào giỏ Nồi chiên không khí. Nướng ở 180°C trong 11 phút hoặc cho đến khi có màu vàng nâu và phồng hoàn hảo. Bạn sẽ cần phải nấu thành hai mẻ.

36. Lemony ngot Twists

Phục vụ: 2

THÀNH PHẦN
- 1 hộp bánh phồng mua ở cửa hàng
- ½ muỗng cà phê vỏ chanh
- 1 thìa nước cốt chanh
- 2 muỗng cà phê đường nâu
- Muối, nhúm
- 2 muỗng canh phô mai Parmesan, mới bào

HƯỚNG DẪNs
a) Đặt bột bánh phồng lên một khu vực làm việc sạch sẽ.
b) Trong một cái bát, kết hợp phô mai Parmesan, đường nâu, muối, vỏ chanh và nước cốt chanh.
c) Nhấn hỗn hợp này trên cả hai mặt của bột.
d) Bây giờ, cắt bánh ngọt thành dải 1 "x 4".
e) Xoắn từng dải.
f) Chuyển nó vào giỏ nồi chiên không khí.
g) Chọn chế độ chiên không khí ở 400 độ F trong 9-10 phút..
h) Sau khi nấu chín, phục vụ và thưởng thức.

37. Chong chóng thịt xông khói chiên không khí

Phục vụ: 8 chong chóng

1 tờ bánh phồng
2 muỗng canh xi-rô phong
¼ chén đường nâu
8 lát thịt xông khói
Tiêu đen xay, để hương vị
bình xịt nấu ăn

Xịt giỏ nồi chiên không khí bằng bình xịt nấu ăn.
Lăn bánh phồng thành hình vuông 10 inch bằng một cây lăn
trên bề mặt làm việc sạch sẽ, sau đó cắt bánh ngọt thành 8 dải.
Chải các dải bằng xi-rô cây phong và rắc đường, để hở một đầu
xa 1 inch.
Sắp xếp từng lát thịt xông khói trên mỗi dải, để lại một miếng
thịt xông khói dài ⅛ inch treo gần bạn. Rắc hạt tiêu đen.
Từ phần cuối gần bạn, cuộn các dải thành chong chóng, sau đó
nhúng nước vào phần đầu không đậy nắp và bịt kín các cuộn.
Sắp xếp chong chóng vào rổ và xịt bình xịt nấu ăn.
Đặt giỏ nồi chiên không khí lên khay nướng và trượt vào Vị trí
giá 2, chọn Air Fry, đặt nhiệt độ thành 360ºF (182ºC) và đặt
thời gian thành 10 phút.
Lật các chong chóng giữa chừng.
Khi nấu xong, chong chóng phải có màu vàng nâu. Lấy ra khỏi
lò và phục vụ ngay lập tức.

38. Xoắn phô mai và giăm bông

THÀNH PHẦN

1 tờ bánh phồng, rã đông
1/2 chén phô mai cheddar bào nhỏ
1/2 chén giăm bông thái hạt lựu
1 quả trứng, đánh tan

HƯỚNG DẪN

Làm nóng lò ở nhiệt độ 400°F (200°C).
Trên một bề mặt bột nhẹ, lăn bánh phồng ra với độ dày khoảng 1/4 inch.
Rắc phô mai cheddar cắt nhỏ và giăm bông thái hạt lựu lên trên bánh phồng.
Cắt bánh phồng thành 12 dải bằng nhau.
Xoắn từng dải vài lần và đặt chúng lên khay nướng có lót giấy da.
Chải từng vòng xoắn với trứng đã đánh.
Nướng trong 15-20 phút cho đến khi vàng nâu.
Phục vụ ấm áp.

39. Kem phô mai việt quất Đan Mạch

THÀNH PHẦN

1 tờ bánh phồng, rã đông
1/2 chén quả việt quất
1/2 chén pho mát kem, làm mềm
1/4 chén đường bột
1 quả trứng, đánh tan
HƯỚNG DẪN

Làm nóng lò ở nhiệt độ 400°F (200°C).
Trên một bề mặt bột nhẹ, lăn bánh phồng ra với độ dày khoảng 1/4 inch.
Cắt bánh phồng thành 4 hình vuông bằng nhau.
Trong một cái bát, trộn đều quả việt quất, pho mát kem và đường bột.
Thìa khoảng 1/4 cốc hỗn hợp kem phô mai việt quất lên từng miếng bánh phồng.
Gấp bánh phồng lên trên hỗn hợp kem phô mai việt quất để tạo thành một hình tam giác và ấn các cạnh lại với nhau để bịt kín.
Dùng nĩa ấn các cạnh xuống và tạo hoa văn trang trí.
Chải từng doanh thu với trứng đã đánh.
Nướng trong 20-25 phút cho đến khi vàng nâu.
Phục vụ ấm áp.

40. bánh bông lan cuộn xúc xích

THÀNH PHẦN

1 tờ bánh phồng, rã đông
4 mắt xúc xích, bỏ vỏ bọc
1 quả trứng, đánh tan

HƯỚNG DẪN

Làm nóng lò ở nhiệt độ 400°F (200°C).

Trên một bề mặt bột nhẹ, lăn bánh phồng ra với độ dày khoảng 1/4 inch.

Chia thịt xúc xích thành 4 phần bằng nhau và định hình từng phần thành khúc gỗ.

Đặt từng khúc xúc xích lên bánh phồng và cuộn bánh phồng xung quanh khúc xúc xích, ấn các mép lại với nhau cho kín.

5. Cắt mỗi cuộn xúc xích thành 4 miếng bằng nhau.

Đặt các cuộn xúc xích lên khay nướng có lót giấy nến.

Chải từng cuộn xúc xích với trứng đã đánh.

Nướng trong 20-25 phút cho đến khi vàng nâu và xúc xích chín.

Phục vụ ấm áp.

41. Sô cô la và Hazelnut Twists

THÀNH PHẦN

1 tờ bánh phồng, rã đông
1/4 chén Nutella hoặc sô cô la hạt dẻ phết
1/4 chén quả phỉ xắt nhỏ
1 quả trứng, đánh tan
HƯỚNG DẪN

Làm nóng lò ở nhiệt độ 400°F (200°C).
Trên một bề mặt bột nhẹ, lăn bánh phồng ra với độ dày khoảng
1/4 inch.
Phết Nutella hoặc hạt phỉ sô cô la lên trên bánh phồng.
Rắc quả phỉ xắt nhỏ lên trên phết.
Cắt bánh phồng thành dải rộng khoảng 1 inch.
Xoắn từng dải nhiều lần và đặt lên khay nướng có lót giấy da.
Chải từng vòng xoắn với trứng đã đánh.
Nướng trong 20-25 phút cho đến khi vàng nâu.
Phục vụ ấm áp.

42. Chong chóng táo và quế

THÀNH PHẦN

1 tờ bánh phồng, rã đông
2 quả táo, gọt vỏ và thái nhỏ
1/4 chén đường
1 muỗng cà phê bột quế
1 quả trứng, đánh tan

HƯỚNG DẪN

Làm nóng lò ở nhiệt độ 400°F (200°C).
Trên một bề mặt bột nhẹ, lăn bánh phồng ra với độ dày khoảng 1/4 inch.
Trong một bát nhỏ, trộn đều táo, đường và quế đã cắt nhỏ.
Phết hỗn hợp táo lên bánh phồng.
Cuộn chặt bánh phồng lại để tạo thành một khúc gỗ.
Cắt khúc gỗ thành lát dày khoảng 1/2 inch.
Đặt các lát lên khay nướng có lót giấy da.
Chải từng chiếc chong chóng với trứng đã đánh.
Nướng trong 20-25 phút cho đến khi vàng nâu.
Phục vụ ấm áp.

MẠNG LƯỚI

43. <u>Herbed Bò Hầm Với Puff Pastry</u>

Khẩu phần: 6 khẩu phần

THÀNH PHẦN
- 1 pound thịt bò hầm, cắt thành khối 1 inch
- 1 muỗng canh dầu hạt cải
- 3 củ cà rốt vừa, cắt thành miếng 1 inch
- 1 đến 2 củ khoai tây đỏ vừa, cắt thành miếng 1 inch
- 1 chén cần tây thái lát (miếng 1/2 inch)
- 1/2 chén hành tây xắt nhỏ
- 1 tép tỏi, băm nhỏ
- 2 lon (10-1/2 ounce mỗi lon) nước dùng bò cô đặc, không pha loãng
- 1 lon (14-1/2 ounce) cà chua thái hạt lựu, không để ráo nước
- 1 muỗng cà phê mỗi mảnh mùi tây khô, cỏ xạ hương và kinh giới
- 1/4 muỗng cà phê tiêu
- 2 lá nguyệt quế
- 1 chén bí đỏ bóc vỏ
- 3 muỗng canh bột năng nấu nhanh
- 1 đến 2 gói (17,3 ounce mỗi gói) bánh phồng đông lạnh, rã đông
- 1 lòng đỏ trứng gà
- 1/4 cốc kem đánh bông nặng

HƯỚNG DẪN
a) Thịt bò nâu trong dầu trong lò kiểu Hà Lan; sự căng thẳng. Trộn gia vị, cà chua, nước dùng, tỏi, hành tây, cần tây, khoai tây và cà rốt.

b) Đun sôi nó. Hạ nhỏ lửa, đậy vung đun đến khi thịt gần mềm, khoảng 1 tiếng. Loại bỏ lá nguyệt quế. Cho bột năng và bí đao vào, đun sôi lại. Nấu trong 5 phút. Lấy ra khỏi nhiệt, để nguội trong 10 phút.

c) Trong khi chờ đợi, trên một bề mặt có rải nhẹ bột mì, hãy lăn bánh phồng ra với độ dày 1/4 inch. Với 10 oz. Sử dụng ramekin để làm hoa văn, cắt 6 hình tròn bánh ngọt, lớn hơn đường kính của ramekin khoảng 1 inch.

d) Nhồi hỗn hợp thịt bò vào 6 10-oz đã bôi mỡ. ramekin; đặt một vòng tròn bánh ngọt lên trên mỗi cái. Bịt kín bánh ngọt vào các cạnh của ramekins, cắt theo các khe trên mỗi chiếc bánh ngọt. Nếu bạn muốn, hãy cắt 30 dải bằng bánh ngọt vụn.

e) Xoắn các dải, đặt 5 dải ramekin trên mỗi dải. Niêm phong bằng cách véo các cạnh. Trộn kem và lòng đỏ trứng với nhau, quét lên trên.

f) Đặt trên một tờ cookie. Nướng ở 400° cho đến khi chuyển sang màu vàng nâu, khoảng 30-35 phút. Để yên trong 5 phút trước khi ăn.

44. Pinto-khoai tây Empanadas nhanh

Làm 4 empanadas

THÀNH PHẦN
- 1½ chén nấu chín hoặc 1 lon (15,5 ounce) đậu pinto, để ráo nước và rửa sạch
- 1 củ khoai tây nướng nhỏ, gọt vỏ và thái nhỏ
- ½ chén salsa cà chua, tự làm (xem Salsa cà chua tươi) hoặc mua ở cửa hàng
- ½ muỗng cà phê ớt bột
- ½ muỗng cà phê muối
- ¼ muỗng cà phê tiêu đen mới xay
- 1 tờ bánh phồng đông lạnh, rã đông

a) Làm nóng lò ở 400 ° F. Trong một bát vừa, nghiền nhẹ đậu bằng nĩa. Thêm khoai tây, salsa, bột ớt, muối và hạt tiêu. Nghiền kỹ và đặt sang một bên.

b) Lăn bánh ngọt trên một tấm bột nhẹ và chia thành các phần tư.

c) Thìa hỗn hợp đậu lên bốn miếng bột, chia đều. Đối với mỗi chiếc bánh empanada, gấp một đầu bột lên trên phần nhân để gặp đầu bột đối diện.

d) Sử dụng các ngón tay của bạn để bịt kín và uốn các cạnh để bọc nhân. Dùng nĩa chọc thủng mặt bánh empanadas và đặt lên khay nướng không phết dầu mỡ.

e) Nướng cho đến khi vàng nâu, khoảng 20 phút.

45. bánh mì dẹt Caprese Pizza

Khẩu phần mỗi công thức: 4

THÀNH PHẦN
- 1 tờ bánh phồng
- 1 quả cà chua, thái lát
- bột mì
- 1/2 lb phô mai mozzarella, thái lát
- rửa trứng
- 1/2 chén sốt pesto

HƯỚNG DẪNS

a) Đặt lò nướng của bạn ở nhiệt độ 425 độ F trước khi làm bất cứ điều gì khác và lót một tấm nướng bằng giấy da.

b) Đặt bột bánh phồng lên một bề mặt bột nhẹ và cuộn thành hình chữ nhật dày chưa đến 1/4 inch.

c) Sắp xếp bột đã cán lên khay nướng đã chuẩn bị và phủ một lớp trứng đã rửa.

d) Nấu trong lò khoảng 10 phút.

e) Lấy ra khỏi lò và phết đều sốt pesto lên bột đã nướng, tiếp theo là các lát cà chua và phô mai mozzarella.

f) Nấu trong lò khoảng 5 phút.

g) Thưởng thức nóng.

46. Xúc xích cừu cuộn sữa chua harissa

THÀNH PHẦN

- 2 muỗng canh dầu ô liu nguyên chất
- 1 củ hành trắng, thái nhỏ
- 3 tép tỏi, nghiền nát
- 1 muỗng canh hương thảo thái nhỏ
- 1 muỗng cà phê hạt thì là, nghiền nát, cộng thêm
- 500g thịt cừu băm
- 3 tờ bánh phồng bơ đông lạnh, rã đông
- 1 quả trứng, đánh nhẹ
- 250g sữa chua đặc kiểu Hy Lạp
- 1/4 cốc (75g) tương ớt harissa hoặc cà chua
- Micro bạc hà để phục vụ (tùy chọn)

HƯỚNG DẪN

a)   Làm nóng lò ở 200C. Đun nóng dầu trong chảo trên lửa vừa. Thêm hành tây và nấu trong 3-4 phút cho đến khi mềm. Thêm tỏi, hương thảo và thì là và nấu 1-2 phút cho đến khi có mùi thơm. Tắt bếp, để nguội trong 10 phút rồi kết hợp với thịt băm.

b)   Chia hỗn hợp giữa các tấm bánh ngọt, đặt nó dọc theo một cạnh để tạo thành một khúc gỗ. Cuộn tròn lại, quét 3 cm cuối cùng của bánh ngọt chồng lên nhau bằng nước rửa trứng. Niêm phong và cắt bánh ngọt.

c)   Đặt trên một khay nướng có lót giấy nướng, đường may úp xuống và đóng băng trong 10 phút. Điều này sẽ làm cho chúng dễ dàng hơn để cắt lát.

d)   Cắt mỗi cuộn thành 4 và để trên khay. Chải bằng nước rửa trứng và rắc thêm hạt thì là. Nướng trong 30 phút hoặc cho đến khi bánh chín vàng và cuộn chín.

e)   Lắc harissa qua sữa chua và dùng với xúc xích cuộn, rắc bạc hà.

47. Thăn heo với bánh phồng nướng

Làm cho: 6 phần ăn

THÀNH PHẦN
- 1 tờ bánh phồng
- 1 miếng thịt heo phi lê
- 6 lát thịt xông khói
- 6 lát phô mai
- 1 quả trứng, đánh tan

HƯỚNG DẪN:
a) Làm nóng lò ở 220°C.
b) Nêm phi lê với hạt tiêu và chiên trong chảo.
c) Dự trữ và để nguội.
d) Kéo căng tấm bánh phồng.
e) Ở phần trung tâm, đặt các lát phô mai và sau đó là các lát thịt xông khói sao cho sau đó chúng sẽ quấn thịt thăn.
f) Sau khi thăn được làm mát, đặt nó trên thịt xông khói.
g) Cuối cùng, đóng bánh phồng.
h) Trải thăn lợn đã bọc trong bánh phồng với trứng đã đánh và cho vào lò nướng trong khoảng 30 phút.

48. Seitan En Croute

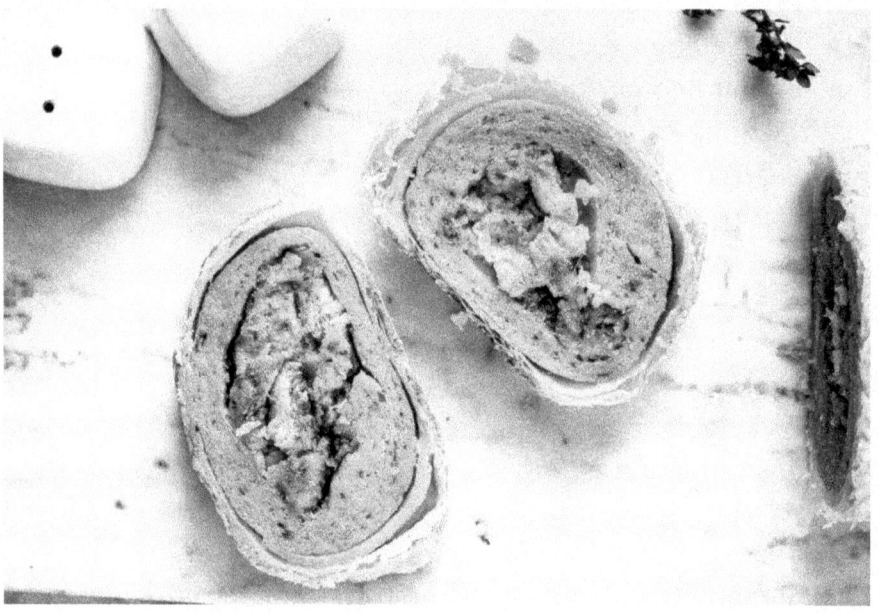

PHỤC VỤ: 4

THÀNH PHẦN
- 1 muỗng canh dầu ô liu
- 2 củ hẹ vừa, băm nhỏ
- ounces nấm trắng, băm nhỏ
- ¼ cốc Madeira
- 1 muỗng canh mùi tây tươi băm nhỏ
- ½ muỗng cà phê cỏ xạ hương khô
- ½ muỗng cà phê mặn khô
- 2 chén bánh mì khô thái nhỏ
- Muối và hạt tiêu đen mới xay
- 1 tấm bánh phồng đông lạnh, rã đông
- (Dày 1/4-inch) cắt lát khoảng 3 X 4-inch hình bầu dục hoặc hình chữ nhật, vỗ khô

HƯỚNG DẪN:
a) Trong một cái chảo lớn, đun nóng dầu trên lửa vừa.
b) Thêm hẹ và nấu cho đến khi mềm, khoảng 3 phút. Thêm nấm và nấu, thỉnh thoảng khuấy, cho đến khi nấm mềm, khoảng 5 phút.
c) Thêm Madiera, rau mùi tây, húng tây và mặn và nấu cho đến khi chất lỏng gần như bốc hơi. Khuấy khối bánh mì và nêm muối và hạt tiêu cho vừa ăn. Đặt sang một bên để làm mát.
d) Đặt tấm bánh phồng lên một miếng màng nhựa lớn trên một bề mặt phẳng. Phủ một miếng màng bọc thực phẩm khác lên trên và dùng cây cán bột lăn nhẹ bánh ra cho phẳng. Cắt bánh ngọt thành các phần tư.
e) Đặt 1 lát mì căn vào giữa mỗi miếng bánh ngọt. Chia phần nhồi cho chúng, trải đều để phủ lên mì căn. Trên cùng với những lát seitan còn lại. Gấp bánh ngọt lại để bọc nhân, dùng ngón tay gấp các mép lại cho kín.
f) Đặt các gói bánh ngọt, mặt có đường may úp xuống, trên một khay nướng lớn không phết dầu mỡ và để trong tủ lạnh trong 30 phút. Làm nóng lò ở 400 ° F. Nướng cho đến khi lớp vỏ có màu vàng nâu, khoảng 20 phút. Phục vụ ngay lập tức.

49. Bánh nồi kiểu Lebanon

Khẩu phần mỗi công thức: 8

THÀNH PHẦN
- 3 muỗng canh tỏi nghiền
- 1/4 chén phô mai feta vụn
- 1 lòng đỏ trứng gà
- 1 tấm bánh phồng đông lạnh, rã đông, cắt làm đôi
- 2 chén rau bina tươi xắt nhỏ
- 2 nửa ức gà không da không xương
- 2 muỗng canh sốt húng quế
- 1/3 chén cà chua khô xắt nhỏ

HƯỚNG DẪNS
a) Đặt lò nướng của bạn ở 375 độ F trước khi làm bất cứ điều gì khác.
b) Phủ ức gà với hỗn hợp tỏi nghiền và lòng đỏ trứng trong đĩa thủy tinh trước khi dùng màng bọc thực phẩm bọc lại và cho ức gà vào tủ lạnh ít nhất bốn giờ.
c) Đặt ½ số rau bina vào giữa nửa chiếc bánh ngọt, sau đó đặt một miếng ức gà lên trên trước khi thêm 1 thìa sốt pesto, cà chua phơi khô, pho mát feta và sau đó là phần rau bina còn lại.
d) Bọc nó với nửa còn lại của bánh ngọt.
e) Lặp lại các bước tương tự cho các miếng vú còn lại.
f) Đặt tất cả những thứ này trên một món nướng.
g) Nướng trong lò đã làm nóng trước khoảng 40 phút hoặc cho đến khi gà mềm.
h) Phục vụ.

50. bánh nồi gà

THÀNH PHẦN:
1 tờ bánh phồng
2 chén thịt gà nấu chín, thái hạt lựu
1 chén rau hỗn hợp, rã đông
1 lon súp gà kem đặc
1/2 cốc sữa
Muối và tiêu

HƯỚNG DẪN:
Làm nóng lò ở nhiệt độ 400°F (200°C).
Trong một cái bát, trộn thịt gà đã nấu chín, hỗn hợp rau, súp đặc, sữa, muối và hạt tiêu với nhau.
Lăn bánh phồng trên một bề mặt bột nhẹ và đặt nó vào một món nướng.
Đổ hỗn hợp thịt gà vào bánh ngọt và phủ nó bằng một tấm bánh ngọt khác, gấp mép lại cho kín.
Nướng trong 30-35 phút hoặc cho đến khi bánh có màu vàng nâu.

51. thịt bò Wellington

THÀNH PHẦN:
2 tờ bánh phồng
4 miếng thăn bò bít tết
1/4 chén mù tạt Dijon
1/4 chén nấm xắt nhỏ
1/4 chén hành tây xắt nhỏ
2 tép tỏi, băm nhỏ
2 muỗng canh bơ
Muối và tiêu

HƯỚNG DẪN:
Làm nóng lò ở nhiệt độ 400°F (200°C).
Nêm miếng bít tết thăn bò với muối và hạt tiêu.
Trong một cái chảo, làm tan chảy bơ và xào nấm, hành tây và tỏi cho đến khi mềm.
Lăn bánh phồng lên bề mặt đã được rắc nhẹ bột mì và phết mù tạt Dijon lên trên.
Đặt miếng bít tết thăn bò lên trên mù tạt, và múc hỗn hợp nấm lên miếng bít tết.
Quấn bánh ngọt xung quanh thịt bò và chải nó bằng nước rửa trứng.
Nướng trong 25-30 phút hoặc cho đến khi bánh có màu vàng nâu.

52. Cá Hồi Wellington

THÀNH PHẦN:
1 tờ bánh phồng
1 lb (450 g) phi lê cá hồi, bỏ da
1/2 cốc (120 g) phô mai kem, để mềm
1/4 cốc (60 ml) thì là tươi xắt nhỏ
2 muỗng canh (30 ml) mù tạt Dijon
1 muỗng canh (15 ml) nước cốt chanh
Muối và tiêu
1 quả trứng, đánh tan
Bột, để phủi bụi

HƯỚNG DẪN:
Làm nóng lò ở nhiệt độ 400°F (200°C).
Lăn bánh phồng trên một bề mặt bột nhẹ thành hình chữ nhật.
Trong một cái bát, trộn pho mát kem, thì là xắt nhỏ, mù tạt Dijon, nước cốt chanh, muối và hạt tiêu với nhau.
Phết đều hỗn hợp pho mát kem lên bánh phồng, để lại một đường viền 2,5 cm.
Đặt phi lê cá hồi lên trên hỗn hợp pho mát kem và gấp bánh ngọt lại để bọc hoàn toàn cá hồi, bịt kín các cạnh.
Phết trứng đã đánh lên mặt bánh và dùng dao sắc khía phần trên theo đường chéo.
Nướng trong 25-30 phút hoặc cho đến khi bánh có màu vàng nâu và cá hồi đã chín.
Để nguội trong 5-10 phút trước khi cắt và phục vụ. Thưởng thức!

53. <u>bánh nồi rau</u>

THÀNH PHẦN:
1 tờ bánh phồng
2 chén rau hỗn hợp, rã đông
1 hộp súp nấm kem đặc
1/2 cốc sữa
Muối và tiêu

HƯỚNG DẪN:
Làm nóng lò ở nhiệt độ 400°F (200°C).
Trong một cái bát, trộn các loại rau đã trộn, súp đặc, sữa, muối và hạt tiêu với nhau.
Lăn bánh phồng trên một bề mặt bột nhẹ và đặt nó vào một món nướng.
Đổ hỗn hợp rau củ vào bánh ngọt và phủ nó bằng một tấm bánh ngọt khác, gấp mép lại cho kín.
Nướng trong 30-35 phút hoặc cho đến khi bánh có màu vàng nâu.

MÓN TRÁNG MIỆNG

54. Rau bina và Pesto Open Pie

Khẩu phần mỗi Công thức: 1

THÀNH PHẦN
- 2 (12 oz.) phi lê cá hồi không da, không xương
- nêm muối vừa ăn
- 1/2 muỗng cà phê bột tỏi
- 1 muỗng cà phê bột hành
- 1 (17,25 oz.) gói bánh phồng đông lạnh, rã đông
- 1/3 chén sốt xì dầu
- 1 (6 oz.) gói lá rau bina

HƯỚNG DẪNS
a) Đặt lò nướng của bạn ở 375 độ F trước khi làm bất cứ điều gì khác.
b) Ướp cá hồi với hỗn hợp muối, bột hành và bột tỏi trước khi để sang một bên.
c) Bây giờ, đặt ½ số rau bina của bạn vào giữa hai tấm bánh phồng riêng biệt, đồng thời cho nhiều hơn vào giữa và đặt phi lê cá hồi lên trên mỗi tấm ở giữa trước khi đặt sốt pesto và rau bina còn lại.
d) Làm ẩm các cạnh bằng nước và gấp lại.
e) Nướng cái này trong lò đã làm nóng trước khoảng 25 phút.
f) Bớt nóng đi.
g) Phục vụ.

55. <u>Bánh Tart nấm thập cẩm</u>

Khẩu phần: 8 khẩu phần

THÀNH PHẦN

- 11/2 pound nấm tươi các loại thái lát
- 1 củ hành vừa, xắt nhỏ
- 1/2 chén bơ
- 3 muỗng canh dầu ô liu
- 1/2 chén rượu vang trắng hoặc vermouth khô
- 1 muỗng cà phê húng tây tươi băm nhỏ hoặc 1/2 muỗng cà phê húng tây khô
- 1 muỗng cà phê muối
- 1 cốc kem đánh bông nặng
- 1 gói (17,3 ounce) bánh phồng đông lạnh, rã đông
- 1 lòng đỏ trứng gà
- 1 muỗng cà phê nước

HƯỚNG DẪN

a) Xào từng mẻ hành tây và nấm trong dầu và bơ trên chảo lớn cho đến khi mềm. Hạ nhiệt xuống mức trung bình và thêm muối, rượu và cỏ xạ hương. Nấu cho đến khi rượu giảm còn một nửa thì thêm kem; khuấy đều. Tiếp tục nấu cho đến khi hỗn hợp đặc lại, khoảng 10 phút. Lấy ra khỏi nhiệt và đặt sang một bên.

b) Tung ra một tấm bánh ngọt; thành hình chữ nhật 12x8 inch. Cắt thành 8 miếng hình chữ nhật. Đánh dấu 1/2 inch từ góc của mỗi chiếc bánh ngọt bằng một con dao sắc (không cắt qua bánh ngọt).

c) Đặt vào các tấm nướng. Lặp lại quy trình với phần còn lại của bánh phồng. Múc hỗn hợp nấm và trải ở giữa.

d) Đánh tan nước và lòng đỏ trứng gà; chải lên các cạnh của bánh ngọt.

e) Nướng trong 13 đến 16 phút ở 400 độ F, cho đến khi vàng nâu.

56. Strudel táo caramel

Khẩu phần: 8 khẩu phần

THÀNH PHẦN
- 5 quả táo vừa, gọt vỏ và cắt nhỏ (5 cốc)
- 3/4 cốc rượu táo hoặc nước trái cây
- 1/4 chén đường
- 1/2 muỗng cà phê bột quế
- 1/4 muỗng cà phê hạt tiêu xay
- 1/4 thìa cà phê đinh hương xay
- 1 tấm bánh phồng đông lạnh, rã đông
- 1/4 cốc topping kem caramel không béo
- 1 trứng lớn
- 1 muỗng canh nước
- 1 muỗng canh đường thô
- Kem ngọt và kem phủ caramel bổ sung, tùy chọn

HƯỚNG DẪN
a) Đặt lò ở nhiệt độ 375 ° F để làm nóng trước. Trộn 6 thành phần đầu tiên trong một cái chảo lớn. Để sôi. Hạ nhỏ lửa và đun không đậy nắp cho đến khi táo mềm, khoảng 15-20 phút; khuấy theo thời gian. Đặt sang một bên và để nguội hoàn toàn.

b) Trên một tờ giấy da lớn, mở bánh phồng ra và cuộn thành hình chữ nhật 16x12 inch. Di chuyển bánh ngọt bằng giấy nến vào khay nướng có cạnh ngắn của hình chữ nhật hướng về phía bạn.

c) Sắp xếp táo bằng thìa có rãnh ở nửa dưới cách mép bánh ngọt trong vòng 1 inch. Rắc táo với caramel lên trên.

d) Bắt đầu với mặt dưới, cuộn lại thành kiểu cuộn thạch. Để bịt kín và nhét các đầu vào bên dưới, hãy kẹp các đường nối.

e) Trộn trứng với nước trong một bát nhỏ và phết lên bánh ngọt.

f) Mưa phùn với đường thô. Tạo một vết rách hoặc khe trên đầu trang. Nướng cho đến khi vàng nâu, khoảng 25 phút đến nửa giờ. Lắc đều kem tươi và caramel làm topping, nếu muốn.

57. Ly Mousse Socola Hazelnut

Khẩu phần: 6 khẩu phần

THÀNH PHẦN
- 1 gói (10 ounce) vỏ bánh phồng đông lạnh, rã đông
- 1/2 cốc kem đánh bông nặng
- 1 đến 2 muỗng canh đường bánh kẹo
- 1/4 muỗng cà phê chiết xuất vani
- 1/2 chén phô mai mascarpone
- 1/2 chén Nutella
- 1/4 muỗng cà phê bột quế
- 2 muỗng canh sô cô la bán nguyệt nhỏ
- Chip sô cô la bán nguyệt thu nhỏ bổ sung, tan chảy, tùy chọn
- 2 muỗng canh quả phỉ xắt nhỏ, nướng

HƯỚNG DẪN
a) Làm theo HƯỚNG DẪN gói để nướng vỏ bánh ngọt; hoàn toàn mát mẻ.
b) Đánh kem cho đến khi nó bắt đầu đặc lại trong bát nhỏ. Thêm đường vani và bánh kẹo; đánh cho đến khi các đỉnh mềm hình thành.
c) Đánh quế, Nutella và phô mai mascarpone cho đến khi trộn đều trong một bát khác. Cho vụn sô cô la và kem tươi vào; cho vào vỏ bánh ngọt. Rưới sô cô la tan chảy (tùy chọn).
d) Rắc hạt phỉ; làm lạnh cho đến khi phục vụ.

58. chuyện nhỏ của Napoléon

Thực hiện: 10 phần ăn

THÀNH PHẦN
- Gói 17¼ ounce bánh phồng đông lạnh, rã đông
- 1 gói Pudding vani ăn liền và nhân bánh
- 1½ cốc sữa
- 12 ounce topping đánh bông
- ½ chén xi-rô hương vị sô cô la

HƯỚNG DẪN:
a) Mở bánh phồng ra và đặt từng tờ lên khay nướng.
b) Nướng theo HƯỚNG DẪN gói cho đến khi vàng.
c) Để bánh nguội.
d) Trong một bát lớn, đánh hỗn hợp bánh pudding và sữa cho đến khi đặc lại.
e) Khuấy một nửa số topping đã đánh bông cho đến khi trộn đều.
f) Bẻ bánh ngọt đã nguội thành những miếng lớn và đặt một phần ba trong số chúng vào đáy bát thủy tinh lớn hoặc đĩa nhỏ.
g) Múc một nửa hỗn hợp bánh pudding lên trên và rưới một phần ba xi-rô sô cô la lên trên.
h) Lặp lại các lớp, sau đó phủ phần bánh ngọt vụn còn lại lên trên, lớp phủ đã đánh bông và phần xi-rô sô cô la còn lại.
i) Đậy nắp và làm lạnh ít nhất 2 giờ trước khi ăn.

59. Đào balsamic và bánh tart brie

THÀNH PHẦN

- 1 tờ bánh phồng đông lạnh, rã đông
- ⅓ chén Pesto chanh húng quế
- 1 (8-ounce) bánh pho mát Brie, bỏ vỏ và thái lát
- 2 quả đào chín, thái lát mỏng
- Dầu ôliu nguyên chất
- Muối Kosher và hạt tiêu mới xay
- 3 ounce prosciutto thái lát mỏng, rách
- ¼ chén giấm balsamic
- 2 đến 3 thìa mật ong
- lá húng quế tươi, để phục vụ

HƯỚNG DẪN:

1.   Làm nóng lò ở nhiệt độ 425°F. Lót một tấm nướng có viền bằng giấy da.

2.   Nhẹ nhàng lăn bánh phồng ra trên một bề mặt làm việc sạch sẽ với độ dày 1/8 inch và chuyển nó vào khay nướng đã chuẩn bị. Dùng nĩa chọc khắp mặt bánh, sau đó phết đều sốt pesto lên mặt bột, để lại một đường viền ½ inch. Xếp bánh Brie và đào lên trên sốt pesto và rưới nhẹ dầu ô liu lên trên. Nêm muối và hạt tiêu và phủ prosciutto lên trên. Rắc các cạnh của bột với hạt tiêu.

3.   Nướng cho đến khi bánh có màu vàng và prosciutto giòn, từ 25 đến 30 phút.

4.   Trong khi đó, trong một cái bát nhỏ, trộn giấm và mật ong với nhau.

5.   Lấy bánh ra khỏi lò, rắc lá húng quế lên trên và rưới hỗn hợp mật ong lên trên. Cắt thành miếng và phục vụ ấm áp.

60. Hành tây và prosciutto tart

Thực hiện: 8 phần ăn

THÀNH PHẦN
- ½ cân bánh phồng
- 4 củ hành lớn; băm nhỏ
- 3 ounce Prosciutto; thái hạt lựu
- ½ muỗng cà phê húng tây
- ½ muỗng cà phê hương thảo
- 2 muỗng canh dầu ô liu
- 12 quả ô liu đen ngâm dầu lớn; đọ sức
- Hạt tiêu vừa mới nghiền
- Muối nếu cần
- 1 quả trứng

Nấu hành tây trong dầu với các loại thảo mộc cho đến khi hành tây trong suốt. Thêm prosciutto và nấu 3 phút. Nêm hạt tiêu và kiểm tra muối. Sự ớn lạnh. Cán bột thành hình chữ nhật có kích thước 11" x 9. Cắt 4 dải bột để làm viền và ấn chúng vào các cạnh của hình chữ nhật. Chuyển sang khay nướng bánh quy và phết các cạnh bằng trứng đã đánh tan. Làm lạnh ½ giờ. Làm nóng lò trước ở nhiệt độ 425 Trải hỗn hợp hành tây lên bột đã chuẩn bị, nướng 30 phút, giảm nhiệt xuống 300, trang trí bánh tart với ô liu thái lát và tiếp tục nướng thêm 15 phút nữa.

61. thịt hầm Smores

Làm cho: 8 phần ăn

THÀNH PHẦN
- 2 tờ bánh phồng đông lạnh, rã đông
- 1 pound phô mai kem, làm mềm
- 1 chén đường cát
- Kem marshmallow lọ 7 ounce
- 9 bánh quy graham
- 6 muỗng canh. bơ không muối tan chảy
- 1 cốc sô cô la chip nửa ngọt
- 2 chén kẹo dẻo thu nhỏ

HƯỚNG DẪN:

a) Làm nóng lò ở 375 °. Xịt nhẹ chảo nướng 9 x 13 bằng bình xịt chống dính. Cuộn 1 tấm bánh phồng đủ lớn để vừa với đáy chảo nướng. Đặt bánh phồng vào đáy chảo. Dùng nĩa chọc khắp mặt bánh phồng.

b) Nướng trong 4 phút. Lấy ra khỏi lò và để nguội hoàn toàn trước khi đổ đầy.

c) Trong một bát trộn, thêm pho mát kem và ¾ chén đường cát. Sử dụng máy trộn ở tốc độ trung bình, đánh cho đến khi mịn và kết hợp. Thêm kem marshmallow vào bát. Trộn cho đến khi kết hợp và phết lên bánh phồng trong chảo.

d) Nghiền bánh quy graham thành vụn trong một cái bát nhỏ. Cho 2 thìa đường cát và 3 thìa bơ vào bát. Khuấy cho đến khi kết hợp và rắc lên trên cùng của kem.

e) Rắc vụn sô cô la và kẹo dẻo nhỏ lên trên. Cuộn tấm bánh phồng thứ hai đủ lớn để phủ lên trên.

f) Dùng nĩa chọc khắp mặt bánh và đặt lên trên mặt soong. Phết 3 thìa bơ lên trên mặt bánh phồng. Rắc phần đường cát còn lại lên trên.

g) Nướng trong 12-15 phút hoặc cho đến khi bánh phồng lên và có màu vàng nâu.

h) Lấy ra khỏi lò và để nguội trong 5 phút trước khi ăn.

62. Burekas

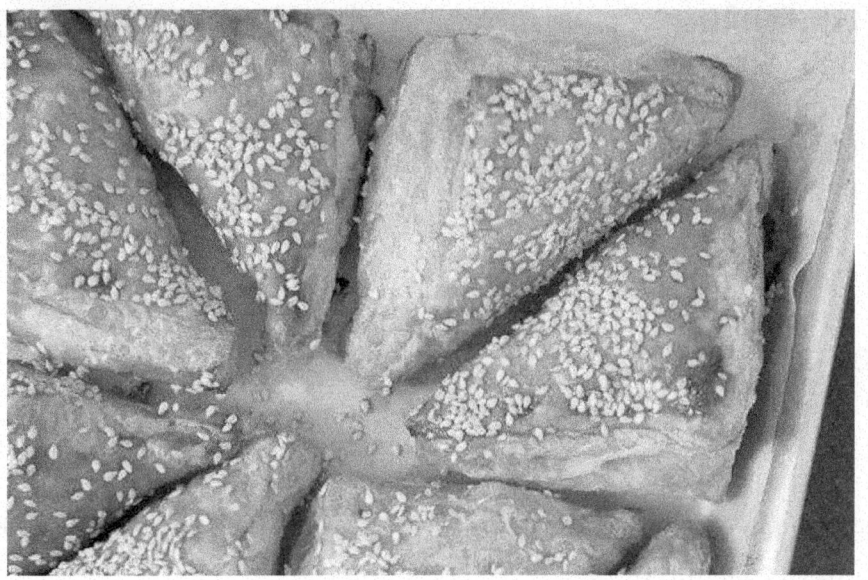

Làm: 18 BÁNH BÁNH NHỎ

THÀNH PHẦN

- 1 lb / 500 g bánh phồng toàn bơ, chất lượng tốt nhất
- 1 quả trứng gà lớn, bị đánh đập

ĐIỀN RICOTTA

- ¼ cốc / 60 g phô mai
- ¼ cốc / 60 g phô mai ricotta
- ⅔ cốc / 90 phô mai feta vụn
- 2 muỗng cà phê / 10 g bơ lạt, tan chảy

PECORINO ĐIỀN

- 3½ muỗng canh / 50 g phô mai ricotta
- ⅔ cốc / 70 g phô mai pecorino lâu năm bào nhỏ
- ⅓ cốc / 50 g phô mai Cheddar lâu năm bào
- 1 tỏi tây, cắt thành các đoạn dài 2 inch / 5 cm, chần cho đến khi mềm và thái nhỏ (tổng cộng ¾ cốc / 80 g)
- 1 muỗng canh rau mùi tây lá phẳng
- ½ muỗng cà phê tiêu đen mới xay

HẠT GIỐNG

- 1 muỗng cà phê hạt nigella
- 1 muỗng cà phê hạt vừng
- 1 muỗng cà phê hạt mù tạt vàng
- 1 muỗng cà phê hạt thì là
- ½ muỗng cà phê ớt mảnh

HƯỚNG DẪN

a) Cán bột thành hai hình vuông 12 inch / 30cm, mỗi hình vuông dày ⅛ inch / 3 mm. Đặt các tấm bánh ngọt lên một tấm nướng có lót giấy da — chúng có thể nằm chồng lên nhau, có một tấm giấy da ở giữa — và để trong tủ lạnh trong 1 giờ.

b) Đặt từng bộ THÀNH PHẦN làm nhân vào một bát riêng. Trộn và đặt sang một bên. Trộn tất cả các hạt với nhau trong một cái bát và đặt sang một bên.

c) Cắt từng tấm bánh ngọt thành các ô vuông có kích thước 4 inch / 10 cm; bạn sẽ nhận được tổng cộng 18 ô vuông. Chia đều phần nhân đầu tiên cho một nửa hình vuông, múc nhân vào giữa mỗi hình vuông. Chải hai cạnh liền kề của mỗi hình vuông bằng trứng rồi gấp đôi hình vuông lại để tạo thành hình tam giác. Đẩy hết không khí ra ngoài và chụm chặt hai bên lại với nhau. Bạn muốn ép các cạnh thật tốt để chúng không bị bung ra trong khi nấu. Lặp lại với các ô bánh ngọt còn lại và phần nhân thứ hai. Đặt trên khay nướng có lót giấy da và làm lạnh trong tủ lạnh ít nhất 15 phút để bánh cứng lại. Làm nóng lò ở nhiệt độ 425°F / 220°C.

d) Chải hai cạnh ngắn của mỗi chiếc bánh ngọt bằng trứng và nhúng các cạnh này vào hỗn hợp hạt; chỉ cần một lượng nhỏ hạt, chỉ rộng ⅛ inch / 2 mm, vì chúng khá chiếm ưu thế. Chải mặt trên của mỗi chiếc bánh ngọt với một ít trứng, tránh hạt.

e) Đảm bảo các bánh cách nhau khoảng 1¼ inch / 3 cm. Nướng từ 15 đến 17 phút, cho đến khi vàng nâu khắp mặt. Thưởng thức khi còn nóng hoặc ở nhiệt độ phòng. Nếu một số nhân tràn ra khỏi bánh ngọt trong khi nướng, chỉ cần nhẹ nhàng nhét lại khi chúng đủ nguội để xử lý.

63. Maple-Pear Tarte Tatin

THÀNH PHẦN

- ½ (17,3 ounce) gói bánh phồng đông lạnh, rã đông
- ¼ chén bơ
- ⅓ chén đường nâu
- ¼ muỗng cà phê bột quế
- 1 nhúm hạt nhục đậu khấu
- ¼ chén xi-rô phong
- 4 quả lê cứng vừa - gọt vỏ, bỏ lõi và cắt đôi

HƯỚNG DẪNS

a) Làm nóng lò ở 375 độ F (190 độ C).

b) Lăn bánh phồng lên bề mặt có phủ bột nhẹ với độ dày 1/4 inch; đặt trong tủ lạnh.

c) Đun chảy bơ trong chảo gang 9 inch trên lửa vừa; cho đường nâu, quế và nhục đậu khấu vào nấu và khuấy cho đến khi đường tan hết, khoảng 5 phút. Khuấy

d) xi-rô phong vào hỗn hợp đường nâu; nấu, khuấy, cho đến khi hỗn hợp bắt đầu nổi bong bóng.

e) Lấy chảo ra khỏi bếp.

f) Đặt một nửa quả lê đã cắt úp vào giữa chảo. Cắt nửa quả lê còn lại thành

g) một nửa nữa; sắp xếp các miếng lê xung quanh quả lê ở giữa, cắt hai bên lên trên. Đặt chảo trên lửa vừa và thấp; nấu lê, phết hỗn hợp xi-rô, cho đến khi chúng bắt đầu mềm, khoảng 5 phút. Lấy chảo ra khỏi bếp.

h) Lấy bánh phồng ra khỏi tủ lạnh; đặt bánh ngọt lên trên quả lê, nhét các cạnh của bánh ngọt xung quanh quả lê bên trong chảo.

i) Nướng trong lò đã làm nóng trước cho đến khi bánh phồng và vàng, khoảng 20 phút; để nguội trong 5 phút. Đặt một đĩa phục vụ trên chảo; đảo ngược để loại bỏ tart (chảo vẫn còn nóng). Phục vụ ấm áp.

64. Pear Baileys Cheese Tarts

Làm cho: 10

THÀNH PHẦN
- 1 hộp bánh phồng
- 6 ounce pho mát kem, làm mềm
- 1/4 chén đường
- 1 trứng lớn
- 1 muỗng cà phê chiết xuất vani
- 1 muỗng canh Baileys
- 2 quả lê nhỏ
- 1 muỗng cà phê nước
- 1 thìa cà phê nước cốt chanh
- 1 muỗng cà phê đường
- 1 nhúm nhục đậu khấu
- 1 muỗng canh pho mát kem
- 1 muỗng canh Baileys
- 1 muỗng canh sữa
- 1/2 chén đường bột

HƯỚNG DẪN
a) Làm nóng lò trước ở 350 độ.

b) Làm tan bột bánh phồng và cắt 10 miếng bằng khuôn cắt bánh quy lớn. Nếu bạn không có khuôn cắt bánh quy hoạt động, hãy cắt thành 10 hình tròn đường kính 5 inch. Nhấn từng miếng bột bánh ngọt vào chảo muffin, đảm bảo rằng bột kéo dài hết các mặt của khoang. Để qua một bên.

c) Trong một bát trộn vừa, đánh kem pho mát và đường cho đến khi trộn đều. Thêm trứng, vani và Baileys và đánh cho đến khi mịn. Để qua một bên.

d) Lõi và cắt lát mỏng quả lê. Đặt lê vào một cái bát an toàn với lò vi sóng. Quăng lê với nước, nước cốt chanh, đường và hạt nhục đậu khấu. Lò vi sóng trong 2 phút hoặc cho đến khi lê hơi mềm. Xả hết chất lỏng thừa.

e) Đổ đầy mỗi vỏ bánh tart với khoảng một muỗng canh nhân bánh pho mát, sau đó phủ lê lên trên.

f) Nướng ở 350 độ trong 30-35 phút hoặc cho đến khi nhân bánh phồng lên và bánh có màu vàng nâu.

g) Di chuyển đến một dây thép lạnh.

h) Đánh kem phô mai, sữa và Baileys với nhau. Thêm đường bột và đánh cho đến khi mịn. Rưới một thìa cà phê men lên mỗi chiếc bánh. Phục vụ ấm hoặc ướp lạnh.

65. **Tôm ngâm tỏi**

Làm cho: 1 phần ăn

THÀNH PHẦN
- 18 con tôm lớn
- 10 tép tỏi đập giập
- 1 nhúm nghệ tây
- 1 chén dầu Olive
- 6 củ hành tây
- 1 lon cà chua gọt vỏ; (8 ounce)
- 2 con cá cơm
- ¼ chén ô liu Kalamata
- 4 nhánh cỏ xạ hương
- 1 tờ bánh phồng
- Frisée 2 đầu
- 6 bó Mache

HƯỚNG DẪN:
a) Một ngày trước khi chế biến món ăn này, hãy ướp tôm trong hỗn hợp gồm 4 tép tỏi giã nhỏ, tiêu đen, ½ chén dầu ô liu và 1 nhúm nghệ tây. Làm lạnh qua đêm.

b) Để chuẩn bị mứt, gọt vỏ hành tây và cắt làm đôi và cắt lát mỏng.

c) Trong một cái chảo trên lửa nhỏ với 2 muỗng canh dầu, nấu hành tây cho đến khi trong suốt.

d) Cà chua để ráo nước, bỏ hạt, thái nhỏ và thêm vào hành tây.

e) Thêm cá cơm xắt nhỏ, ô liu xắt nhỏ và cỏ xạ hương, nấu trong 3 giờ ở nhiệt độ rất thấp, khuấy thường xuyên.

f) Trong khi đó, cắt 6 miếng bánh phồng có đường kính khoảng 3½ inch.

g) Đặt một tấm nướng thứ hai lên khay nướng và nướng trong lò trong 6 phút ở 350 độ.

h) Chuẩn bị món salad bằng cách cắt bỏ phần xanh của rau diếp, chỉ sử dụng phần trắng. Frisée cắt nhỏ và rửa sạch, để riêng.

i) Trong một chảo xào lớn trên lửa vừa và cao, đun nóng ¼ chén ô liu cho đến khi nóng và nấu tôm cho đến khi có màu hồng và cuộn lại.

j) Đặt mứt cà chua lên trên mỗi viên bánh tart và làm nóng trong lò trong 5 phút. Nêm frisée với một ít dầu ô liu, muối và hạt tiêu. Lấy bánh ra khỏi lò và bày ra đĩa, rắc một ít frisée lên trên bánh và phủ tôm lên trên. Trang trí với lá rau diếp Mache.

k) Rưới dầu ô liu xung quanh bánh tart và phục vụ.

66. Bánh tart củ dền, cỏ xạ hương và phô mai dê

Làm cho: 4

THÀNH PHẦN
- 2 tấm bánh phồng cán sẵn 320g
- 250g kem phô mai
- 150g tương ớt hành tím
- 400g củ dền nấu chín
- 2 muỗng cà phê lá húng tây
- 1 muỗng cà phê hạt nigella
- 120g phô mai dê mềm
- 1 muỗng canh mật ong
- 1 quả trứng, đánh nhẹ
- Muối biển và hạt tiêu đen mới xay
- Đối với món salad lê và tên lửa
- 50g quả óc chó đã bóc vỏ
- 120g lá rocket
- 1 quả lê chín nhỏ, bỏ lõi và thái lát
- 3 muỗng canh dầu ô liu nguyên chất
- 1½ muỗng canh giấm balsamic trắng

HƯỚNG DẪN:
a) Làm nóng lò ở nhiệt độ 220°C/quạt 200°C/Khí 7. Lót giấy nướng vào hai khay nướng.

b) Đặt quả óc chó vào một khay nướng nhỏ riêng biệt và nướng trong lò trong 5 phút. Đặt sang một bên cho đến khi cần thiết.

c) Dùng một con dao sắc và một chiếc đĩa hoặc bát tròn 22 cm, cắt một hình tròn ra khỏi mỗi tấm bánh ngọt. Đặt các vòng tròn lên các tấm giấy đã chuẩn bị sẵn và dùng nĩa chọc vào giữa mỗi vòng vài lần.

d) Trộn tương ớt kem và hành tây với nhau, sau đó phết một nửa hỗn hợp lên từng hình tròn, chừa một đường viền 2cm.

e) Sử dụng một mandolin, cắt củ dền thành lát mỏng. Sắp xếp chúng trên tương ớt theo hình tròn hơi chồng lên nhau.

f) Rắc lá húng tây, hạt nigella và pho mát dê, rưới mật ong và nêm muối và hạt tiêu. Phết trứng đã đánh lên các cạnh của bánh ngọt, sau đó cho vào lò nướng ở hai ngăn cao nhất trong 15–20 phút hoặc cho đến khi vàng và giòn.

g) Trong khi đó, cho cải rocket và lê vào một bát lớn và nêm muối và tiêu. Đánh đều dầu và giấm, sau đó đổ lên món salad và trộn đều. Xắt nhỏ quả óc chó và rắc chúng lên món salad.

h) Lấy bánh tart ra khỏi lò và cắt thành nêm. Phục vụ với salad tên lửa ở bên cạnh.

67. Strudel nấm

THÀNH PHẦN
- 2 củ hẹ, xắt nhỏ
- ½ chén rượu trắng
- 8 ounces crimini, thái lát
- 8 ounce shiitake, thái lát
- 1 ½ cốc kem nặng
- ½ muỗng cà phê cỏ xạ hương, tươi
- Muối và hạt tiêu đen để nếm
- 1 quả trứng, đánh tan
- 12 hình vuông bánh phồng 4 inch

HƯỚNG DẪN:

i) Nấu nấm và hẹ trong rượu cho đến khi rượu bốc hơi. Thêm kem, húng tây và muối và hạt tiêu.

j) Giảm một nửa và làm lạnh trong vài giờ hoặc cho đến khi kem đông lại. Cho 1 muỗng cà phê tròn hỗn hợp nấm vào bánh ngọt, gấp lại và quét bằng trứng.

k) Nướng trong lò khoảng 8-12 phút hoặc cho đến khi vàng nâu. Đun nóng hỗn hợp nấm còn lại và dùng với strudel.

68. Black Forest Ham và Gruyere Tart

1 tờ bánh phồng đông lạnh, rã đông
1 chén giăm bông Black Forest thái lát
1 chén phô mai Gruyere cắt nhỏ
1/4 chén mùi tây tươi xắt nhỏ
3 quả trứng
1/2 chén kem nặng
Muối và hạt tiêu đen để nếm
Hướng dẫn: Làm nóng lò ở nhiệt độ 375°F. Dòng một tấm nướng bánh bằng giấy giấy da. Mở bánh phồng và đặt nó lên khay nướng đã chuẩn bị. Sắp xếp giăm bông thái lát lên trên bánh phồng, để lại đường viền 1 inch xung quanh các cạnh. Rắc phô mai Gruyere cắt nhỏ lên giăm bông. Trong một bát trộn, đánh trứng, kem nặng, rau mùi tây, muối và hạt tiêu đen. Đổ hỗn hợp trứng lên giăm bông và phô mai. Nướng trong 25-30 phút hoặc cho đến khi vỏ bánh có màu vàng nâu và hỗn hợp trứng đông lại. Để nguội trong vài phút trước khi cắt và phục vụ.

69. bánh tart mứt anh đào

Khẩu phần: 6

THÀNH PHẦN
- 2 tấm bánh ngọt ngắn

Đối với frangipane:
- 4 ounces bơ mềm
- 4 ounce đường vàng
- 1 quả trứng
- 1 muỗng canh bột mì
- 4 ounce hạnh nhân xay
- 3 lạng mứt anh đào

Đối với đóng băng:
- 1 chén đường đóng băng
- 12 quả anh đào glacé

HƯỚNG DẪN
a) Bôi trơn 12 cốc của khay muffin bằng bơ.
b) Cuộn bánh phồng thành tấm 10 cm, sau đó cắt 12 hình tròn ra khỏi tấm.
c) Đặt những viên tròn này vào từng cốc muffin và ép chúng vào những cốc này.
d) Chuyển khay muffin vào tủ lạnh và để nó trong 20 phút.
e) Thêm đậu khô hoặc đậu vào từng lớp vỏ bánh tart để tăng thêm trọng lượng.
f) Chuyển khay bánh nướng xốp lên giá dây trong Lò chiên không khí kỹ thuật số Ninja Foodi và đóng cửa lại.
g) Chọn chế độ "Nướng" bằng cách xoay nút xoay.
h) Nhấn nút TIME/SLICS và thay đổi giá trị thành 10 phút.
i) Nhấn nút TEMP/SHADE và thay đổi giá trị thành 350 °F.
j) Nhấn Start/Stop để bắt đầu nấu.
k) Bây giờ, hãy lấy đậu khô ra khỏi lớp vỏ và nướng lại trong 10 phút trong Lò chiên không khí kỹ thuật số Ninja Foodi.
l) Trong khi đó, chuẩn bị phần nhân, đánh bơ với đường và trứng cho đến khi bông xốp.
m) Khuấy bột và hạnh nhân, sau đó trộn đều.

n) Chia phần nhân này vào các lớp vỏ đã nướng và phủ một thìa mứt anh đào lên trên.

o) Bây giờ, một lần nữa, đặt khay muffin vào Lò nướng không khí kỹ thuật số Ninja Foodi.

p) Tiếp tục nấu ở chế độ "Nướng" trong 20 phút ở 350 °F.

q) Đánh đều đường bột với 2 muỗng canh nước và phủ hỗn hợp đường lên bánh nướng.

r) Phục vụ.

70. Bánh ngọt chuối Nutella

Khẩu phần: 4

THÀNH PHẦN
- 1 tấm bánh phồng
- ½ cốc Nutella
- 2 quả chuối, bóc vỏ và thái lát

HƯỚNG DẪN
a) Cắt tấm bánh ngọt thành 4 hình vuông có kích thước bằng nhau.
b) Phết đều Nutella lên từng ô vuông bánh ngọt.
c) Chia các lát chuối trên Nutella.
d) Gấp từng hình vuông thành một hình tam giác và dùng ngón tay ướt ấn nhẹ các cạnh.
e) Sau đó dùng nĩa ấn mạnh vào các cạnh.
f) Nhấn nút AIR OVEN MODE của Lò chiên không khí kỹ thuật số Ninja Foodi và xoay nút xoay để chọn chế độ "Air Fry".
g) Nhấn nút TIME/SLICS và xoay nút xoay một lần nữa để đặt thời gian nấu thành 12 phút.
h) Bây giờ hãy nhấn nút TEMP/SHADE và xoay nút xoay để đặt nhiệt độ ở 375 °F.
i) Nhấn nút "Start/Stop" để bắt đầu.
j) Khi thiết bị phát ra tiếng bíp cho biết thiết bị đã được làm nóng trước, hãy mở cửa lò.
k) Sắp xếp các loại bánh ngọt vào rổ chiên không khí đã bôi mỡ và cho vào lò nướng.
l) Khi thời gian nấu kết thúc, mở cửa lò và dùng nóng.

71. Tart phô mai dê và củ cải nướng

Thành phần:

1 tờ bánh phồng, rã đông
2 củ cải đường lớn, nướng và thái lát
4 oz phô mai dê, vụn
1/4 chén quả óc chó xắt nhỏ
2 muỗng canh mật ong
2 muỗng canh giấm balsamic
2 muỗng canh dầu ô liu
Muối và hạt tiêu cho vừa ăn
Hướng dẫn:

Làm nóng lò ở nhiệt độ 375°F (190°C).
Tung ra bánh phồng trên một bề mặt bột nhẹ.
Chuyển bánh phồng vào một tấm nướng.
Sắp xếp củ cải nướng và thái lát lên trên bánh phồng.
Rắc phô mai dê vụn và quả óc chó xắt nhỏ lên trên củ cải đường.
Rưới mật ong, giấm balsamic và dầu ô liu lên trên bánh tart.
Nêm muối và hạt tiêu, cho vừa ăn.
Nướng trong 25-30 phút hoặc cho đến khi bánh có màu vàng nâu.
Phục vụ ấm áp.

72. Bánh bò bít tết của Alexander Hamilton

Thành phần:

1 1/2 pound thăn bò, cắt thành miếng nhỏ
1/4 chén bột mì
1 muỗng cà phê muối
1/2 muỗng cà phê tiêu đen
3 muỗng canh bơ
1 chén nước dùng thịt bò
1 chén nấm thái lát
1/2 chén hành tây xắt nhỏ
1/2 chén cần tây xắt nhỏ
1/2 chén cà rốt xắt nhỏ
2 muỗng canh mùi tây tươi xắt nhỏ
1/2 muỗng cà phê húng tây khô
1/4 muỗng cà phê hương thảo khô
1 tờ bánh phồng
1 quả trứng, đánh tan
Hướng:

Làm nóng lò ở 400 ° F.
Trong một bát lớn, trộn đều bột mì, muối và hạt tiêu đen. Thêm miếng thịt bò và quăng cho đến khi chúng được phủ bằng hỗn hợp bột.
Đun chảy bơ trong chảo lớn trên lửa vừa và cao. Thêm thịt bò và nấu cho đến khi vàng ở tất cả các mặt.
Thêm nước dùng thịt bò, nấm, hành tây, cần tây, cà rốt, rau mùi tây, húng tây và hương thảo vào chảo. Đun sôi, sau đó giảm nhiệt và đun nhỏ lửa trong 10-15 phút, cho đến khi rau mềm và nước sốt đặc lại.
Tung ra bánh phồng trên một bề mặt bột nhẹ và sử dụng nó để lót một đĩa bánh 9 inch. Đổ đầy bánh với hỗn hợp thịt bò.
Chải các cạnh của bánh ngọt với trứng đã đánh. Phủ phần bánh ngọt còn lại lên trên mặt bánh, gấp mép lại cho kín.
Phết phần trứng đã đánh còn lại lên mặt bánh ngọt.
Nướng trong lò làm nóng trước trong 30-35 phút, cho đến khi bánh có màu vàng nâu.

73. Bánh tart tôm, hành tây và cà chua

Làm cho: 1 phục vụ

THÀNH PHẦN
- 18 con tôm lớn
- 10 tép tỏi đập giập
- 1 nhúm nghệ tây
- 1 chén dầu Olive
- 6 củ hành tây
- 8-ounce hộp cà chua đã gọt vỏ
- 2 con cá cơm
- ¼ chén ô liu Kalamata
- 4 nhánh cỏ xạ hương
- 1 tờ bánh phồng
- Frisée 2 đầu
- 6 bó Mache

HƯỚNG DẪN:
a) Một ngày trước khi chế biến món ăn này, hãy ướp tôm trong hỗn hợp gồm 4 tép tỏi giã nhỏ, hạt tiêu đen, ½ chén dầu ô liu và 1 nhúm nghệ tây. Làm lạnh qua đêm.

b) Để chuẩn bị mứt cam, gọt vỏ hành tây và cắt làm đôi rồi thái lát mỏng.

c) Trong một cái chảo trên lửa nhỏ với 2 muỗng canh dầu, nấu hành tây cho đến khi trong suốt.

d) Cà chua rửa sạch, bỏ hạt, thái nhỏ rồi cho vào hành tây.

e) Thêm cá cơm xắt nhỏ, ô liu xắt nhỏ và cỏ xạ hương, nấu trong 3 giờ ở nhiệt độ rất thấp, khuấy thường xuyên.

f) Trong khi đó, cắt 6 miếng bánh phồng có đường kính khoảng 3½ inch.

g) Đặt một tấm nướng thứ hai lên khay nướng và nướng trong lò trong 6 phút ở 350 độ.

h) Chuẩn bị món salad bằng cách cắt bỏ phần xanh của rau diếp, chỉ sử dụng phần màu trắng. Chop frisée và rửa sạch dự trữ.

i) Trong một chảo xào lớn trên lửa vừa và cao, đun nóng ¼ chén ô liu cho đến khi nóng và nấu tôm cho đến khi có màu hồng và cuộn lại.

j) Đặt mứt cà chua lên trên mỗi viên bánh tart và làm nóng trong lò trong 5 phút. Nêm frisée với một ít dầu ô liu, muối và hạt tiêu.

k) Lấy bánh ra khỏi lò và bày ra đĩa, rắc một ít frisée lên trên bánh và phủ tôm lên trên.

l) Trang trí với lá rau diếp Mache.

m) Rưới dầu ô liu xung quanh bánh tart và phục vụ.

74. bánh hạt thông

Làm cho: 4 phần ăn

THÀNH PHẦN
- 1 tấm bánh phồng
- 2 chén hạt thông
- 2 thìa mật ong
- 1 chén đường
- 3 quả trứng
- 3 muỗng canh dầu ô liu nguyên chất
- Vỏ của 1 quả chanh
- 2 muỗng canh rượu mùi óc chó

HƯỚNG DẪN:

a) Làm nóng lò ở 425 độ. Đặt bánh ngọt thật chặt vào vỏ, dùng thêm bánh ngọt gấp mép các mép để giúp giữ nguyên các mép. Bọc bánh ngọt bằng giấy da, đổ đầy đậu trắng khô và cho vào lò nướng.

b) Nấu trong 8 đến 10 phút, loại bỏ giấy da và đậu, nấu cho đến khi khô và có màu nâu vàng nhạt, khoảng 8 đến 10 phút nữa. Loại bỏ và để nguội.

c) Trong một cái bát, khuấy đều hạt thông, mật ong, đường, trứng, dầu ô liu, vỏ chanh và rượu cho đến khi mịn. Đổ vào vỏ bánh ngọt đã nguội và nướng trong 20 phút, hoặc cho đến khi khá chắc và có màu nâu nhạt ở mặt trên.

d) Để nguội đến nhiệt độ phòng và phục vụ.

75. Tarte tatin táo và nho khô

Thực hiện: 6 phần ăn

THÀNH PHẦN
- 2 muỗng canh Bơ
- 3 thìa rượu Rum
- 1 chén hỗn hợp nho khô và nho
- 2 pound táo Med
- Gói 17 ounce bánh phồng đông lạnh
- ¼ chén Cộng với 2 muỗng canh đường trắng
- Lò nướng: 400F

HƯỚNG DẪN:
a) Gọt vỏ, lõi và cắt táo thành tám phần. Đổ đầy một cái bát, đủ lớn để đặt chảo rán gang 9 inch vào, với đá viên, sau đó đổ nước lên trên. Đun chảy bơ trong chảo rán gang 9 inch trên lửa vừa. Thêm đường.

b) Khuấy cho đến khi có màu nâu và CHỈ có màu caramel. Đặt chảo chiên vào nước đá để cứng lại sau đó đặt lên giá làm mát. Đặt lò nướng. Đặt nho khô và nho vào một cái bát. Thêm rượu rum và đậy bằng nước nóng. Thoát nước sau 5 phút hoặc lâu hơn.

c) Rắc một phần ba số nho khô và nho lên trên caramel. Đặt các lát táo, mặt tròn hướng xuống dưới và xếp càng sát nhau càng tốt theo hình tròn. Rắc nho khô và nho còn lại.

d) Cắt bánh ngọt lớn hơn 2 inch so với chảo. Đặt bánh ngọt lên trên và nhét các cạnh và dưới mép của hàng táo bên ngoài xuống. Nướng trong vòng 30 phút rồi cho ra đĩa trang trí khi còn nóng.

e) Phục vụ khi vẫn còn ấm với kem tươi.

76. Nấm hoang dã và bánh pho mát dê

Làm cho: 2 phần ăn

THÀNH PHẦN
- Bánh phồng cuộn sẵn 375 gram
- 1 quả trứng; bị đánh
- 50 gram Bơ
- 250 gram Nấm thập cẩm
- 2 tép tỏi lớn
- 1 bó nhỏ rau mùi tây lá phẳng
- 1 muỗng canh giấm Balsamic
- 150 gram phô mai kem dê
- 2 muỗng canh dầu ô liu
- 100 gram cà chua bi
- 1 quả chanh
- 1 bó húng quế nhỏ
- 100 gram lá mồng tơi

HƯỚNG DẪN:
a) Làm nóng lò ở 220c/425f/Gas 7.

b) Đặt bánh ngọt lên một bề mặt đã rắc nhẹ bột mì, cắt hai hình chữ nhật 12x15cm/5"x6" và đặt chúng lên khay nướng chống dính.

c) Phết trứng đã đánh bông lên và dùng mũi dao sắc đánh dấu đường viền 1 cm/14 inch bên trong mỗi chiếc bánh.

d) Dùng nĩa chọc vào hình chữ nhật ở giữa và nướng trong lò trong tám phút cho đến khi nổi lên và vàng đều.

e) Làm nóng chảo lớn với bơ. Xắt nấm thành miếng vừa ăn. Xắt nhỏ tỏi và thêm với nấm. Chiên trong 3-4 phút cho đến khi chín và vàng.

f) Xắt nhỏ rau mùi tây, thêm một nửa giấm balsamic và nấu trong một phút. Nêm muối và hạt tiêu, và dự trữ. Cho phô mai dê vào tô, thêm rau mùi tây còn lại và trộn đều. Nêm tiêu.

g) Lấy bánh ngọt ra khỏi lò. Cẩn thận cắt xung quanh hình chữ nhật bên trong của bánh ngọt và dùng một lát cá, làm phẳng phần giữa của bánh ngọt.

h) Cho hộp bánh vào lò nướng thêm 4-5 phút nữa cho bánh chín và vàng đều.

i) Đối với món Salad: Làm nóng dầu ô liu trong chảo nhỏ. Cắt đôi quả cà chua bi và cho vào chảo cùng với vỏ chanh và một ít nước cốt. Trộn đều và nêm muối và hạt tiêu.

j) Cho rau bina vào một cái bát và đổ nước sốt ấm lên trên.

k) Lấy bánh tart ra khỏi lò, cho phô mai dê vào và phủ nấm ấm lên trên. Chuyển sang đĩa và phục vụ với salad.

77. <u>nấm hoang dã và bánh tart pecorino</u>

Làm cho: 1 phục vụ

THÀNH PHẦN
- 3 muỗng canh dầu Olive
- 2 nắm nấm rừng hỗn hợp
- 1 tép tỏi lớn; Thái nhỏ
- ¼ quả chanh; niềm say mê của
- 2 muỗng canh Rau mùi tây; băm nhỏ
- 2 tờ bánh phồng
- Độ dày của 2 que diêm
- 75 gram Phô mai pecorino non; xắt lát mỏng

HƯỚNG DẪN:
a) Làm nóng lò ở 200C.
b) Đun nóng dầu ô liu trong chảo, cho nấm vào, nêm gia vị và xào nhanh cho đến khi chín.
c) Khuấy tỏi, vỏ chanh và rau mùi tây. Tắt bếp và đặt sang một bên.
d) Dầu một tấm nướng. Đặt hai tấm bánh ngọt lên đó. Đặt nấm thành một lớp ở giữa mỗi tờ. Chuyển vào lò nướng và nấu trong 20-25 phút, hoặc cho đến khi vàng nâu.
e) Lấy ra khỏi lò và rắc Pecorino lên trên và quay trở lại lò nướng trong 3-4 phút. Hủy bỏ và phục vụ ngay lập tức.

78. <u>Apple Tarts với xi-rô</u>

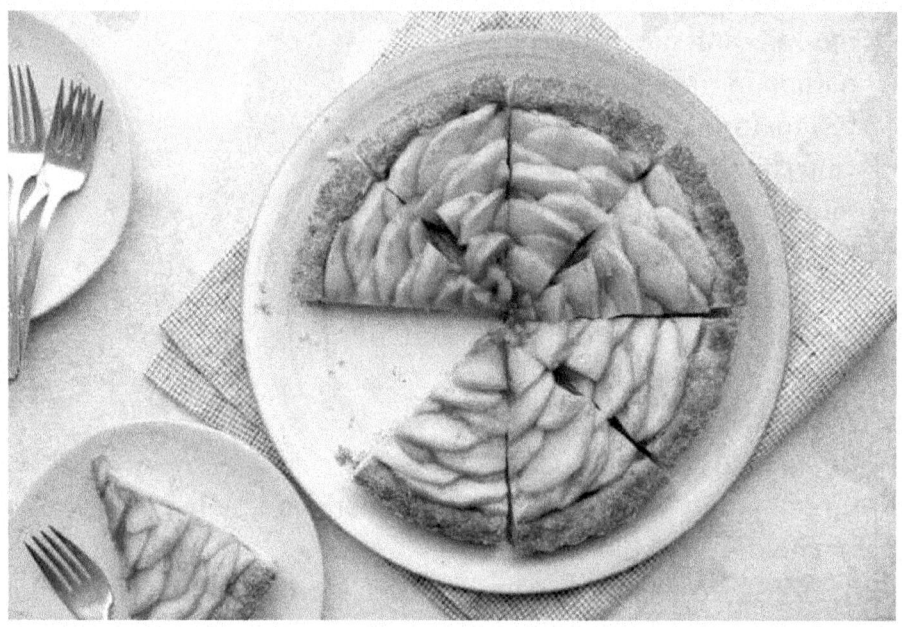

Làm 8 cái bánh

1 tờ bánh phồng, rã đông
- 1 pint (475 ml) lát táo moonshine, để ráo nước, để dành xi-rô
- 1½ muỗng canh (23 ml) xi-rô rượu táo nghiền

a) Làm nóng lò ở 400ºF (205ºC). Lót một tấm nướng bằng giấy da và đặt sang một bên.

b) Cắt tấm bánh phồng thành bốn hình chữ nhật. Chuyển các hình chữ nhật vào chảo lót giấy da. Chia các lát táo moonshine giữa các hình chữ nhật, sắp xếp các lát sao cho chúng chồng lên nhau trên một đường thẳng. Nướng bánh tart trong 20 đến 25 phút, hoặc cho đến khi bánh phồng có màu nâu vàng.

c) Trong khi nướng bánh tart, khuấy hoặc trộn đều 1 muỗng cà phê xi-rô từ những lát táo moonshine với xi-rô rượu táo nghiền. Chải qua táo ngay khi lấy bánh ra khỏi lò. Để bánh nguội trên chảo trong 10 phút, trước khi dùng thìa cẩn thận chuyển sang giá làm mát. Ấm áp hay nhiệt độ thường.

79. Hành lá nướng tart

Thực hiện: 4 phần

THÀNH PHẦN
- 8 củ hành lá
- 1 giọt dầu ô liu
- 1 muối; nếm thử
- 1 hạt tiêu đen mới xay; nếm thử
- 4 vỏ bánh phồng 4 inch; nướng mù quáng
- 2 chén khoai tây mới xắt lát mỏng; chần
- 4 đoạn phô mai provolone
- ½ chén miếng thịt xông khói giòn
- 1 muỗng canh mùi tây thái hạt lựu

HƯỚNG DẪN:
- ☑ Làm nóng vỉ nướng đến 350 độ.
- ☑ Nêm hành lá với dầu ô liu, muối và hạt tiêu. Đặt hành tây lên vỉ nướng và nấu trong 1 phút cho mỗi bên. Lấy nó ra khỏi vỉ nướng. vẩy từng vỏ bánh ngọt bằng dầu ô liu.
- ☑ Nêm từng vỏ với muối và hạt tiêu. Bắt đầu từ giữa bánh ngọt, xếp lớp khoai tây và tạo thành hình xoáy trên mỗi chiếc bánh. Nêm khoai tây với muối và hạt tiêu.
- ☑ Đặt một miếng phô mai lên trên lớp khoai tây. Đặt hai củ hành lá nướng trên mỗi bánh. rắc từng miếng bánh với thịt xông khói.
- ☑ Đặt bánh lên khay nướng và nướng trong 8 đến 10 phút, hoặc cho đến khi pho mát tan chảy và bánh có màu vàng nâu. Cho bánh tart ra đĩa và trang trí với mùi tây.

80. Tart Microgreen mùa xuân

Tạo thành: 9 hình vuông

THÀNH PHẦN
- 1 tấm bánh phồng
- rửa trứng
- phết phô mai thảo mộc
- Microgreen hỗn hợp nhẹ
- củ cải thái lát
- Vỏ của 1 quả chanh
- dầu ô liu
- Muối và hạt tiêu cho vừa ăn

HƯỚNG DẪN:
a) Đánh dấu đường viền 1 inch xung quanh mép của 1 tấm bánh phồng để tạo thành hình vuông 10 inch.

b) Rửa sạch bề mặt trứng.

c) Nướng trong 20 phút ở 400 độ cho đến khi có màu nâu. Nêm muối và hạt tiêu cho vừa ăn.

d) Phục vụ với phết phô mai thảo mộc, microgreen, củ cải thái lát, vỏ chanh và dầu ô liu nguyên chất ở bên cạnh.

81. Mazurek với kem sô cô la

Khẩu phần: 10

THÀNH PHẦN

Bột

a) 2 chén bột mì thường hoặc bột mì nguyên chất

b) 100 g dầu dừa lỏng

c) 1 muỗng canh tinh bột

d) 2 muỗng canh đường bột chưa tinh chế

e) 10–12 muỗng canh nước lạnh

Kem

f) 15 lá bạc hà

g) 1½ chén đậu trắng nấu chín

h) 100 gram sô cô la đen (70% ca cao rắn)

i) nước ép và vỏ của 1 quả cam

j) 1 thìa cà phê quế

k) 2–3 muỗng cà phê xi-rô chà là hoặc xi-rô khác

HƯỚNG DẪN

Bột

h) Kết hợp bột mì, tinh bột và đường bột trong một bát trộn. Trộn đều dầu dừa. Từ từ đổ nước vào. Nhào thật kỹ.

i) Bột phải mềm và đàn hồi, tương tự như bột được sử dụng cho món bánh pierogis. Cuộn nó ra trên giấy nướng với độ dày 4–5 mm. Tạo một hình chữ nhật hoặc hình thức khác ra khỏi giấy. Với một cái nĩa, chích tất cả.

j) Làm nóng lò ở 190°C/375°F và nướng trong 20 phút. Cho phép thời gian để làm mát.

Kem

k) Kết hợp đậu, bạc hà và xi-rô trong máy xay cho đến khi mịn.

l) Đun sôi nước cốt và vỏ. Khuấy sô cô la cho đến khi nó tan chảy. Cẩn thận trộn đậu và quế đã trộn.

m) Phết kem lên bánh phồng và trang trí lên trên. Làm lạnh cho đến khi kem đặc lại.

82. Bánh táo ngày lễ

Khẩu phần: 15-17

THÀNH PHẦN

- 3 chén bột mì đánh vần hoặc bột mì nguyên chất
- 2 muỗng canh tinh bột
- 2 muỗng canh đường bột chưa tinh chế
- 50 gram dầu dừa lỏng
- 15 muỗng canh nước lạnh
- 2 kg táo nấu ăn
- 1 thìa cà phê quế
- 1 muỗng cà phê bạch đậu khấu
- 1 chén nho khô
- 1 chén quả óc chó
- 1 chén vụn bánh mì

HƯỚNG DẪNS

a) Kết hợp cẩn thận bột mì, tinh bột, đường bột và dầu dừa. Thêm một muỗng canh nước mỗi lần, trộn hoặc nhào bột sau mỗi lần thêm. Nhào bột cho đến khi nó đàn hồi và mịn màng sau khi tất cả các thành phần đã được trộn lẫn.

b) Tách bột thành hai nửa bằng nhau. Một trong số chúng nên được lăn ra trên một tờ giấy nướng có kích thước 20 x 30 cm/8 x 12 inch. Dùng nĩa chọc vào bột nhiều lần, đặt lên khay nướng và để nguội trong 30 phút. Cho phần bột còn lại vào ngăn đá tủ lạnh 45 phút.

c) Lấy khay ra khỏi tủ lạnh và nướng ở 190°C trong 15 phút. Cho phép bản thân thư giãn. Trong khi đó, chuẩn bị táo.

d) Gọt vỏ táo và loại bỏ lõi. Sử dụng máy vắt hoặc máy cắt mandolin, bào phô mai. Kết hợp quế, nho khô và quả óc chó xắt nhỏ trong một bát trộn. Bạn có thể thêm mật ong nếu táo quá chua.

e) Rải đều vụn bánh mì lên đế đã nướng một nửa. Những quả táo tiếp theo sẽ được rải trên bánh phồng.

f) Đặt bột đã đông lạnh lên trên những quả táo và nạo nó. Làm nóng lò ở 180°C/350°F và nướng trong 1 giờ.

83. Bánh nổi Úc

THÀNH PHẦN

- 1 củ hành nâu lớn, thái nhỏ
- 2 muỗng canh dầu thực vật
- 1 pound thịt bò nạc thái nhỏ hoặc xay
- 3/4 chén thịt bò hoặc rau củ
- 1 muỗng canh bột bắp
- Chút muối
- nhúm hạt tiêu
- 2 tấm bánh ngọt đông lạnh
- 2 tờ bánh phồng đông lạnh
- 4 chén nước dùng thịt bò
- 2 muỗng cà phê bicarbonate soda
- 1 pound đậu xanh khô, ngâm qua đêm trong nước đủ ngập
- 1 muỗng cà phê baking soda

HƯỚNG DẪN

a) Đêm hôm trước, cho đậu Hà Lan vào chảo sâu lòng, đổ nước có pha baking soda và để qua đêm. Xả khi đã sẵn sàng để nấu ăn.

b) Làm nóng lò ở nhiệt độ 450°F.

c) Trong một cái chảo, xào hành tây trong một ít dầu. Thêm thịt bò và nâu nó.

d) Thêm nước dùng, gia vị và bột bắp. Nấu trên lửa vừa, khuấy liên tục để kết hợp bột bắp cho đến khi tạo thành nước sốt đặc trong khoảng năm phút.

e) Mỡ bốn khuôn bánh 3 × 6 inch. Cắt các hình tròn 3 × 7 inch từ bánh nướng vỏ bánh để lót đáy và các mặt của chảo. Đổ đầy hỗn hợp thịt bò và nước thịt. Chải vành bằng nước.

f) Cắt các hình tròn 3 × 7 inch từ bánh phồng. Đặt trên thịt. Nhấn để niêm phong. cắt tỉa. Xếp bánh ra khay dùng nóng.

g) Nướng ở chế độ làm nóng trước trong 20–25 phút hoặc cho đến khi vàng.

h) Trong khi nướng bánh, làm nước xốt đậu Hà Lan.

i) Rửa sạch đậu Hà Lan đã ngâm nước để loại bỏ bụi bẩn và cho vào nồi với một thìa cà phê muối nở và nước luộc thịt bò.

j) Đun sôi và nấu cho đến khi đậu rất mềm.

k) Nghiền hoặc xay nhuyễn đậu Hà Lan và trộn nước dùng để tạo thành món súp đặc.

l) Múc nước xốt đậu Hà Lan ra đĩa và đặt một chiếc bánh nóng hổi lên trên.

m) Làm bốn chiếc bánh.

84. Ba Lan Kremówka Papieska

THÀNH PHẦN
- Kem sữa trứng
- 2 cốc sữa nguyên chất
- 1/2 muỗng cà phê chiết xuất vani
- Một nhúm muối
- 6 lòng đỏ trứng, đánh tan
- 3/4 chén đường
- 1/3 chén bột mì
- đường bánh kẹo
- Kem tươi (tùy chọn)

HƯỚNG DẪN
1. Làm nóng lò ở nhiệt độ 400°F/200°C
2. Lăn nhẹ từng miếng bánh phồng và nhẹ nhàng chia từng miếng bánh thành chín phần.
3. Đặt từng tờ giấy vào giữa hai tờ giấy nướng, đặt lên giá nấu bằng dây và úp ngược một giá làm mát khác lên trên miếng giấy nướng phía trên.
4. Cho bánh phồng vào nướng. Sau 15 phút, tháo giá làm mát trên cùng và lớp giấy nướng trên cùng. Nướng thêm 15 phút nữa cho đến khi bánh phồng có màu vàng.
5. Lấy ra khỏi lò, loại bỏ lớp giấy nướng thứ hai và để nguội hoàn toàn.
6. Trong một cái chảo vừa, đun sôi sữa, vani, muối, lòng đỏ trứng, đường và bột mì trên lửa vừa, khuấy liên tục bằng máy đánh trứng. Giảm nhiệt một chút và tiếp tục đun sôi trong một phút, khuấy liên tục bằng thìa gỗ.
7. Nhấc chảo ra khỏi bếp và nhúng nó vào bồn nước đá để làm nguội.
8. Làm lạnh kem sữa trứng. Khi nguội, phết dày kem sữa trứng lên lớp bánh ngọt dưới cùng, sau đó phủ lớp bánh nướng thứ hai lên trên.
9. Bụi với đường bánh kẹo. Cắt và phục vụ, với kem đánh bông nếu muốn.

85. Strudel chuối hồ đào

THÀNH PHẦN
2 muỗng canh bơ thực vật thuần chay
1⁄2 chén đường nâu nhạt
1 chén hồ đào không ướp muối xắt nhỏ
chuối chín, thái lát
2 muỗng canh rượu rum hoặc 1 muỗng cà phê chiết xuất rượu rum (tùy chọn)
1⁄2 muỗng cà phê bột quế
1 tờ bánh phồng đông lạnh, rã đông
Đường, để cán và phủ bột bánh ngọt

HƯỚNG DẪNS

a) Trong một cái chảo lớn, làm tan bơ thực vật trên lửa vừa. Thêm đường nâu và khuấy để trộn. Thêm hồ đào và chuối và nấu trong 1 phút, khuấy đều. Thêm rượu rum, nếu sử dụng, và quế và khuấy để kết hợp. Tắt bếp và đặt sang một bên để nguội.

b) Lăn bánh phồng trên một bề mặt làm việc có đường nhẹ để loại bỏ các nếp nhăn trên bánh ngọt.

c) Phết hỗn hợp chuối nguội dọc theo chiều dài của bánh ngọt. Gấp các mặt của bánh ngọt lên trên hỗn hợp chuối và nhét các đầu vào, dùng ngón tay bịt kín các mép.

d) Đặt bánh strudel lên khay nướng không phết dầu mỡ và dùng dao sắc rạch vài đường chéo lên trên bánh ngọt để hơi nước thoát ra.

e) Rắc một ít đường lên trên mặt bánh và để tủ lạnh trong 15 phút. Làm nóng lò ở 400 ° F.

f) Nướng strudel cho đến khi vàng nâu, 35 đến 40 phút. Để nguội trong 10 phút. Dùng dao cắt bánh mì thành từng lát mỏng và thưởng thức.

86. bánh lê và dâu tây

THÀNH PHẦN
2 pound lê ngọt, bỏ lõi, gọt vỏ và thái lát
1/2 pound dâu tây
3/4 chén đường
2 muỗng canh bột bắp
2 muỗng canh bơ
1 gói bánh phồng
2 muỗng canh sữa
2 muỗng canh đường

HƯỚNG DẪN
Đặt thiết bị nấu ăn của bạn ở 160 độ F.
Cho lê, dâu tây, bột ngô, đường và bơ đã cắt lát vào túi hút chân không và đặt thời gian nấu trong 1 giờ 30 phút.
Khi thời gian kết thúc, làm nguội chất làm đầy đến nhiệt độ phòng.
Trong khi chờ đợi, làm nóng lò nướng ở nhiệt độ 375 độ F, bôi mỡ vào chảo nướng và trải 1 tấm bánh ngọt ra.
Đổ nhân lên trên tờ giấy và phủ một tờ giấy khác lên, dùng ngón tay bịt kín các mép của tờ giấy.
Nướng trong lò làm nóng trước trong 35 phút.

87. bánh táo quế

THÀNH PHẦN
2 pound xanh, bỏ lõi, bóc vỏ và thái lát
3/4 chén đường
2 muỗng canh bột bắp
2 muỗng canh bơ
2 muỗng cà phê bột quế
1 gói bánh phồng
2 muỗng canh sữa
2 muỗng canh đường

HƯỚNG DẪN
Làm nóng nồi cách thủy đến 160 độ F.
Cho táo đã cắt lát, bột bắp, đường, quế và bơ vào túi hút chân không và đặt thời gian nấu trong 1 giờ 30 phút.
Khi thời gian kết thúc, làm nguội chất làm đầy đến nhiệt độ phòng.
Trong khi chờ đợi, làm nóng lò nướng ở nhiệt độ 375 độ F, bôi mỡ vào chảo nướng và trải 1 tấm bánh ngọt ra.
Đổ nhân lên trên tờ giấy và phủ một tờ giấy khác lên, dùng ngón tay bịt kín các mép của tờ giấy.
Nướng trong lò làm nóng trước trong 35 phút.

88. Bánh mơ và nam việt quất

THÀNH PHẦN

2 cân mơ chín, bỏ xương, cắt đôi

1/2 pound quả nam việt quất

3/4 chén đường

2 muỗng canh bột bắp

2 muỗng canh bơ

2 muỗng cà phê bột quế

1 gói bánh phồng

2 muỗng canh sữa

2 muỗng canh đường

HƯỚNG DẪN

Làm nóng nồi cách thủy đến 160 độ F.

Cho mơ, bột bắp, nam việt quất, đường, quế và bơ vào túi chân không và đặt thời gian nấu trong 1 giờ 30 phút.

Khi thời gian kết thúc, làm nguội chất làm đầy đến nhiệt độ phòng.

Trong khi chờ đợi, làm nóng lò nướng ở nhiệt độ 375 độ F, bôi mỡ vào chảo nướng và trải 1 tấm bánh ngọt ra.

Đổ nhân lên trên tờ giấy và phủ một tờ giấy khác lên, dùng ngón tay bịt kín các mép của tờ giấy.

Nướng trong lò làm nóng trước trong 35 phút.

89. Bánh bít tết và hành tây

2 muỗng canh dầu ô liu

2 x 600g thịt bò má, lọc gân
1 củ hành tây lớn, cắt thành nêm
2 tép tỏi, nghiền nát
rượu vang đỏ 125ml
1 lít nước dùng bò
2 nhánh hương thảo
1 gói x 320g (1 tờ) bánh phồng mua tại cửa hàng
1 núm bơ nhỏ
muối và hạt tiêu đen mới xay
1 thanh cần tây, thái hạt lựu, để trang trí
lá cần tây, để trang trí
lá nasturtium, để trang trí
cho hương vị cà chua ngọt ngào
250g cà chua chín
½ củ hành đỏ, thái hạt lựu
1 muỗng cà phê dầu ô liu
1 tép tỏi, thái hạt lựu
¼ muỗng cà phê ớt khô mảnh
½ muỗng cà phê bột cà chua hoặc bột nhuyễn
1 muỗng canh đường nâu
1 muỗng canh giấm rượu vang đỏ
cho hành tây chua khói
1 muỗng cà phê dầu ô liu
4 củ hẹ, cắt làm đôi theo chiều dọc
125ml giấm táo
1 muỗng canh đường cát

Để thưởng thức món cà chua ngọt, dùng dao nhỏ cắt một hình chữ thập nông ở đáy mỗi quả cà chua. Cho cà chua vào tô lớn, tráng nước sôi và để trong 30 giây, sau đó chuyển ngay cà chua vào tô nước đá. Gọt vỏ cà chua và đặt sang một bên. Cắt cà chua đã nguội thành các phần tư, loại bỏ và loại bỏ màng bên trong và hạt, và cắt thịt thành những miếng nhỏ.

Trong khi cà chua đang nguội, đặt một cái chảo cỡ vừa trên lửa vừa. Thêm hành tây và dầu ô liu và nấu trong 4–6 phút cho đến khi mềm nhưng không có màu. Thêm tỏi và ớt và nấu thêm một phút nữa. Thêm bột cà chua hoặc bột nhuyễn và khuấy trong 2 phút, sau đó thêm đường và giấm. Thêm cà chua vào chảo và khuấy đều hỗn hợp. Đun sôi sau đó giảm nhiệt xuống mức trung bình thấp. Nấu trong 8–10 phút, thỉnh thoảng khuấy cho đến khi hỗn hợp đặc và sánh lại. Nêm muối và hạt tiêu và để nguội một chút.

Sau khi nguội, xay hỗn hợp bằng máy xay sinh tố hoặc chuyển vào máy hóa lỏng và xay để tạo thành hỗn hợp nhuyễn. Loại bỏ và đặt sang một bên cho đến khi sẵn sàng phục vụ.

Để làm hành tây chua khói, cho dầu ô liu vào chảo nhỏ trên lửa vừa và cao và nêm dầu với muối. Xếp hành tây đã cắt úp xuống thành một lớp đều xung quanh chảo. Nấu trong 4–6 phút hoặc cho đến khi cháy nhẹ, sau đó giảm lửa xuống thấp và thêm giấm và đường. Đậy nắp và nấu trên lửa nhỏ thêm 5 phút nữa, sau đó tắt bếp và để hành nguội trong nước. Đặt sang một bên cho đến khi sẵn sàng phục vụ.

90. Rau bina và Feta Puffs

THÀNH PHẦN

1 tờ bánh phồng, rã đông
1 chén rau bina tươi, xắt nhỏ
1/2 chén phô mai feta vụn
1/4 chén cà chua khô xắt nhỏ
1 quả trứng, đánh tan
Muối và hạt tiêu cho vừa ăn

HƯỚNG DẪN

Làm nóng lò ở nhiệt độ 400°F (200°C).
Trên một bề mặt bột nhẹ, lăn bánh phồng ra với độ dày khoảng 1/4 inch.
Cắt bánh phồng thành 9 hình vuông bằng nhau.
Trong một cái bát, trộn rau bina, phô mai feta, cà chua khô, muối và hạt tiêu.
Thìa khoảng 1 muỗng canh hỗn hợp rau bina lên từng miếng bánh phồng.
Gấp các góc của bánh phồng lên trên phần nhân, ấn các mép lại với nhau cho kín.
Chải từng chiếc bánh phồng với trứng đã đánh.
Nướng trong 15-20 phút cho đến khi vàng nâu.
Phục vụ nóng.

91. Bánh phồng giăm bông và phô mai

THÀNH PHẦN

1 tờ bánh phồng, rã đông
1/2 chén giăm bông thái hạt lựu
1/2 chén phô mai cheddar bào nhỏ
1 quả trứng, đánh tan

HƯỚNG DẪN

Làm nóng lò ở nhiệt độ 400°F (200°C).
Trên một bề mặt bột nhẹ, lăn bánh phồng ra với độ dày khoảng 1/4 inch.
Cắt bánh phồng thành 9 hình vuông bằng nhau.
Trong một cái bát, trộn lẫn giăm bông thái hạt lựu và phô mai cheddar bào nhỏ.
Thìa khoảng 1 muỗng canh hỗn hợp giăm bông và phô mai lên từng miếng bánh phồng.
Gấp các góc của bánh phồng lên trên phần nhân, ấn các mép lại với nhau cho kín.
Chải từng chiếc bánh phồng với trứng đã đánh.
Nướng trong 15-20 phút cho đến khi vàng nâu.
Phục vụ nóng.

92. <u>Puffs nấm và hành tây</u>

THÀNH PHẦN

1 tờ bánh phồng, rã đông
1 chén nấm thái lát
1/2 chén hành tây xắt nhỏ
1/2 chén phô mai Thụy Sĩ cắt nhỏ
1 quả trứng, đánh tan
Muối và hạt tiêu cho vừa ăn

HƯỚNG DẪN

Làm nóng lò ở nhiệt độ 400°F (200°C).
Trên một bề mặt bột nhẹ, lăn bánh phồng ra với độ dày khoảng 1/4 inch.
Cắt bánh phồng thành 9 hình vuông bằng nhau.
Trong chảo, xào nấm và hành tây cho đến khi mềm và có màu nâu nhạt.
Múc khoảng 1 muỗng canh hỗn hợp nấm và hành tây lên từng miếng bánh phồng.
Rắc phô mai Thụy Sĩ cắt nhỏ lên hỗn hợp nấm và hành tây.
Gấp các góc của bánh phồng lên trên phần nhân, ấn các mép lại với nhau cho kín.
Chải từng chiếc bánh phồng với trứng đã đánh.
Nướng trong 15-20 phút cho đến khi vàng nâu.
Phục vụ nóng.

93. Doanh thu của apple

THÀNH PHẦN

1 tờ bánh phồng, rã đông
2 quả táo, gọt vỏ và thái hạt lựu
1/4 chén đường nâu
1 thìa cà phê quế
1/2 muỗng cà phê hạt nhục đậu khấu
1 quả trứng, đánh tan

HƯỚNG DẪN

Làm nóng lò ở nhiệt độ 400°F (200°C).
Trên một bề mặt bột nhẹ, lăn bánh phồng ra với độ dày khoảng 1/4 inch.
Cắt bánh phồng thành 4 hình vuông bằng nhau.
Trong một cái bát, trộn táo thái hạt lựu, đường nâu, quế và nhục đậu khấu.
Thìa khoảng 1/4 cốc hỗn hợp táo lên từng miếng bánh phồng.
Gấp bánh phồng lên trên hỗn hợp táo để tạo thành một hình tam giác và ấn các cạnh lại với nhau để bịt kín.
7. Dùng nĩa ấn các cạnh xuống và tạo hoa văn trang trí.
Chải từng doanh thu với trứng đã đánh.
Nướng trong 20-25 phút cho đến khi vàng nâu.
Phục vụ ấm áp.

94. bánh tart cà chua anh đào

THÀNH PHẦN

1 tờ bánh phồng, rã đông
1 chén cà chua bi, giảm một nửa
1/2 chén phô mai dê vụn
1 muỗng canh dầu ô liu
1 muỗng canh húng tây tươi xắt nhỏ
Muối và hạt tiêu cho vừa ăn

HƯỚNG DẪN

Làm nóng lò ở nhiệt độ 400°F (200°C).
Trên một bề mặt bột nhẹ, lăn bánh phồng ra với độ dày khoảng 1/4 inch.
Chuyển bánh phồng vào khay nướng có lót giấy da.
Trong một cái bát, trộn cà chua bi, phô mai dê, dầu ô liu, húng tây, muối và hạt tiêu.
Thìa hỗn hợp cà chua anh đào lên bánh phồng, để lại đường viền 1 inch xung quanh các cạnh.
Gấp các cạnh của bánh phồng lên trên phần nhân, ấn các cạnh lại với nhau cho kín.
Chải các cạnh của bánh phồng với trứng đã đánh.
Nướng trong 20-25 phút cho đến khi các cạnh có màu vàng nâu và cà chua bi mềm.
Phục vụ ấm áp.

95. <u>Apple và Brie Tartlets</u>

THÀNH PHẦN

1 tờ bánh phồng, rã đông
1 quả táo Granny Smith, thái lát mỏng
4 ounces phô mai Brie, thái lát mỏng
2 thìa mật ong
1 muỗng canh húng tây tươi xắt nhỏ
Muối và hạt tiêu cho vừa ăn

HƯỚNG DẪN

Làm nóng lò ở nhiệt độ 400°F (200°C).
Trên một bề mặt bột nhẹ, lăn bánh phồng ra với độ dày khoảng 1/4 inch.
Cắt bánh phồng thành 12 hình vuông bằng nhau.
Sắp xếp các lát táo và phô mai Brie lên trên mỗi hình vuông bánh phồng.
Rưới từng miếng bánh với mật ong và rắc húng tây tươi xắt nhỏ, muối và hạt tiêu.
Nướng trong 20-25 phút cho đến khi vàng nâu và phô mai Brie tan chảy.
Phục vụ ấm áp.

96. Măng tây và Parmesan Tart

THÀNH PHẦN

1 tờ bánh phồng, rã đông
1 pound măng tây, tỉa
2 muỗng canh dầu ô liu
1/2 chén phô mai Parmesan bào
1 quả trứng, đánh tan
Muối và hạt tiêu cho vừa ăn

HƯỚNG DẪN

Làm nóng lò ở nhiệt độ 400°F (200°C).

Trên một bề mặt bột nhẹ, lăn bánh phồng ra với độ dày khoảng 1/4 inch.

Cắt bánh phồng thành hình chữ nhật và đặt lên khay nướng có lót giấy da.

Trong một cái chảo lớn, đun nóng dầu ô liu trên lửa vừa.

Thêm măng tây và nấu cho đến khi giòn mềm, thỉnh thoảng khuấy.

Trải đều măng tây đã nấu chín lên bánh phồng.

Rắc phô mai Parmesan bào lên trên măng tây và nêm muối và hạt tiêu.

Nướng trong 20-25 phút cho đến khi vàng nâu và phô mai tan chảy.

Phục vụ ấm áp.

97. Tart nấm và phô mai dê

THÀNH PHẦN

1 tờ bánh phồng, rã đông
1 chén nấm thái lát
4 ounce phô mai dê
1 muỗng canh húng tây tươi xắt nhỏ
Muối và hạt tiêu cho vừa ăn

HƯỚNG DẪN

Làm nóng lò ở nhiệt độ 400°F (200°C).
Trên một bề mặt bột nhẹ, lăn bánh phồng ra với độ dày khoảng 1/4 inch.
Cắt bánh phồng thành hình tròn và đặt lên khay nướng có lót giấy nến.
Sắp xếp các lát nấm lên trên bánh phồng.
Nghiền phô mai dê lên trên nấm và rắc húng tây xắt nhỏ, muối và hạt tiêu.
Nướng trong 20-25 phút cho đến khi vàng nâu và phô mai tan chảy.
Phục vụ ấm áp.

98. Doanh thu Cherry và Hạnh nhân

THÀNH PHẦN

1 tờ bánh phồng, rã đông
1 chén anh đào, đọ sức và giảm một nửa
1/4 chén đường
1/4 chén bột hạnh nhân
1 quả trứng, đánh tan

HƯỚNG DẪN

Làm nóng lò ở nhiệt độ 400°F (200°C).
Trên một bề mặt bột nhẹ, lăn bánh phồng ra với độ dày khoảng 1/4 inch.
Cắt bánh phồng thành 6 hình vuông bằng nhau.
Trong một bát nhỏ, trộn đều anh đào, đường và bột hạnh nhân.
Thìa hỗn hợp anh đào vào một nửa của mỗi hình vuông bánh phồng.
Gấp nửa còn lại của bánh phồng lên trên hỗn hợp anh đào và ấn các cạnh lại với nhau để bịt kín.
Dùng nĩa ấn các cạnh xuống và tạo hoa văn trang trí.
Chải từng doanh thu với trứng đã đánh.
Nướng trong 20-25 phút cho đến khi vàng nâu.
Phục vụ ấm áp.

99. <u>Caramelized Onion và Gruyere Tart</u>

THÀNH PHẦN

1 tờ bánh phồng, rã đông
2 củ hành tây, thái lát
2 muỗng canh dầu ô liu
1 muỗng canh giấm balsamic
4 ounce phô mai Gruyere, nạo
1 quả trứng, đánh tan
Muối và hạt tiêu cho vừa ăn

HƯỚNG DẪN

Làm nóng lò ở nhiệt độ 400°F (200°C).
Trên một bề mặt bột nhẹ, lăn bánh phồng ra với độ dày khoảng 1/4 inch.
Cắt bánh phồng thành hình chữ nhật và đặt lên khay nướng có lót giấy da.
Trong một cái chảo lớn, đun nóng dầu ô liu trên lửa vừa.
Thêm hành tây thái lát và nấu cho đến khi caramen, thỉnh thoảng khuấy.
Khuấy giấm balsamic và nấu thêm một phút nữa.
Trải đều hành tây caramen lên bánh phồng.
Rắc phô mai Gruyere bào lên trên hành tây và nêm muối và hạt tiêu.
Nướng trong 20-25 phút cho đến khi vàng nâu và phô mai tan chảy.
Phục vụ ấm áp.

100. Pesto và Galette cà chua

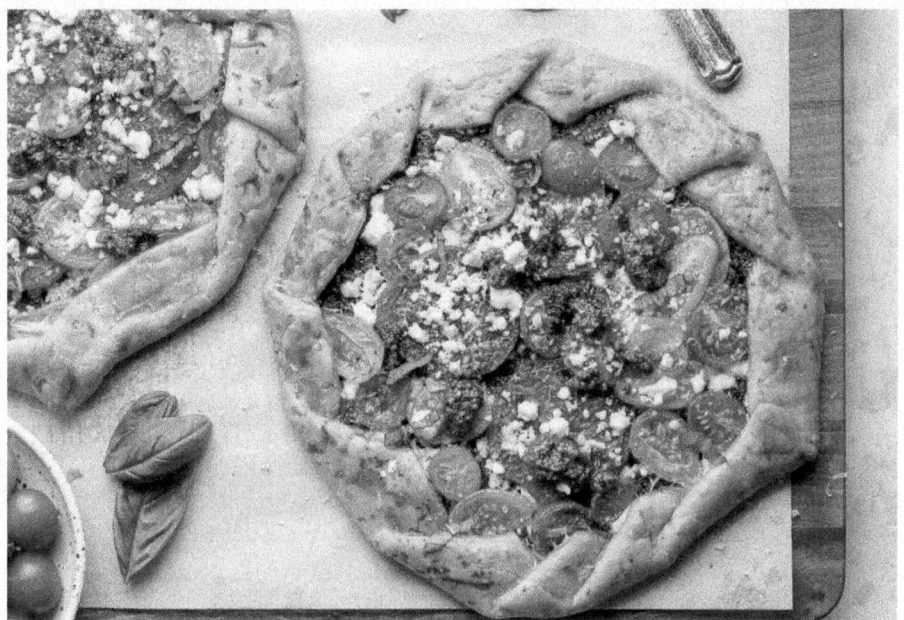

Thành phần:

1 1/4 chén bột mì đa dụng
1/4 muỗng cà phê muối
1/2 chén bơ lạnh không ướp muối, cắt thành miếng nhỏ
3-4 muỗng canh nước đá
1/3 chén húng quế
1/2 chén cà chua bi, giảm một nửa
1/4 chén phô mai feta vụn
1 quả trứng, đánh tan
Hướng dẫn:

Làm nóng lò nướng của bạn ở nhiệt độ 375°F (190°C).
Trong một bát vừa, đánh đều bột mì và muối. Thêm bơ và sử
dụng máy cắt bánh ngọt hoặc ngón tay của bạn để trộn cho
đến khi hỗn hợp giống như cát thô.
Dần dần thêm nước đá, mỗi lần 1 muỗng canh và trộn cho
đến khi bột kết lại với nhau thành một quả bóng.
Trên một bề mặt rắc bột, cán bột thành hình tròn có đường
kính khoảng 12 inch.
Trải sốt pesto lên giữa bột, để lại một đường viền khoảng 2
inch xung quanh mép.
Xếp các nửa quả cà chua bi lên trên món sốt pesto và rắc phô
mai feta vụn.
Gấp các cạnh của bột lên trên phần nhân, gấp nếp khi bạn di
chuyển.
Phết trứng đã đánh lên mặt bột đã đánh.
Nướng trong 35-40 phút, cho đến khi lớp vỏ có màu vàng nâu.
Để galette nguội trong vài phút trước khi cắt và phục vụ.

PHẦN KẾT LUẬN

Bánh phồng là một thành phần tuyệt vời có thể được sử dụng trong nhiều công thức nấu ăn. Cho dù bạn đang làm món ngọt hay món mặn, bánh phồng sẽ thêm độ giòn và bông xốp thơm ngon khó cưỡng. Mặc dù làm bánh phồng từ đầu có thể hơi tốn thời gian, nhưng kết quả rất xứng đáng.

Với các công thức và mẹo mà chúng tôi đã cung cấp, chúng tôi hy vọng rằng bạn đủ tự tin để thử tự làm bánh phồng tại nhà. Khi bạn đã thành thạo kỹ thuật này, bạn sẽ có thể thử nghiệm các hương vị và nhân khác nhau để tạo ra những món ăn độc đáo của riêng mình. Vì vậy, hãy tiếp tục và thử - chúng tôi chắc chắn bạn sẽ thích kết quả!

Milton Keynes UK
Ingram Content Group UK Ltd.
UKHW020702050923
428087UK00017B/1285